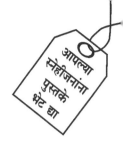

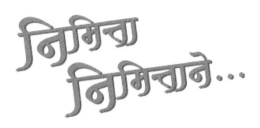

निमित्ता निमित्ताने...

प्रास्ताविक

सोनिया गांधी

अनुवाद

शान्ता ज. शेळके

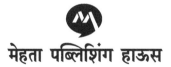

मेहता पब्लिशिंग हाऊस

All rights reserved. No part of this publication may be reproduced, stored in a retrieval system or transmitted, in any form or by any means, without the prior written consent of the Publisher and the licence holder. Please contact us at **Mehta Publishing House,** Pune.

Email : production@mehtapublishinghouse.com
Website : www.mehtapublishinghouse.com

- *या पुस्तकातील लेखकाची मते, घटना, वर्णने ही त्या लेखकाची असून त्याच्याशी प्रकाशक सहमत असतीलच असे नाही.*

Quotes of Rajiv Gandhi
Compiled by Jagmohan Singh Raju
Foreword By : Sonia Gandhi
Originally Published By :
UBS Publishers' Distributors Ltd.,
5 Ansari Road, New Delhi - 110002

निमित्तानिमित्ताने... / मार्गदर्शनपर

अनुवाद : शान्ता ज. शेळके
Email : author@mehtapublishinghouse.com

मराठी अनुवादाचे आणि प्रकाशनाचे हक्क मेहता पब्लिशिंग हाऊस पुणे.

प्रकाशक : सुनील अनिल मेहता, मेहता पब्लिशिंग हाऊस,
१९४१, सदाशिव पेठ, माडीवाले कॉलनी, पुणे - ३०.

मुखपृष्ठ : मेहता पब्लिशिंग हाऊस
आतील चित्रे : धनंजय सस्तकर
प्रकाशनकाल : मार्च, १९९८ / पुनर्मुद्रण : जून, २०१९

P Book ISBN 9788171617814

प्रास्ताविक

आपल्या एका दशकाच्या अत्यंत कार्यव्यापृत अशा कारकिर्दीत, विशेषत: एकोणीसशे चौऱ्याऐंशी साली पंतप्रधानपदाची सूत्रे स्वीकारल्यानंतर, राजीव गांधी यांच्या आयुष्यात असा एकही दिवस गेला नसेल, की जेव्हा त्यांनी या ना त्या स्वरूपात एखाद्या व्यासपीठावरून जाहीर भाषण केले नाही! यातली त्यांची बरीच भाषणे, इतकेच नव्हे, तर संभाषणेदेखील, शासनाच्या प्रकाशन विभागातर्फे पाच संग्रहांमधून प्रसिद्ध झालेली आहेत.

या भाषण-संभाषणांमधून राजीवजींना किती वेगवेगळ्या विषयांत रस होता आणि किती गोष्टींची त्यांना चिंता वाटत असे, याचा स्पष्टपणे प्रत्यय येतो. त्याप्रमाणे भारताच्या, इतकेच नव्हे, तर एकूण जगाच्या, भवितव्याविषयी त्यांनी आपल्या मनाशी रंगवलेले उज्ज्वल चित्र, विविध गुंतागुंतीच्या समस्यांना सामोरी जाऊ बघणारी त्यांची विशिष्ट विचारसरणी आणि त्यांचे एकंदर राजकीय तत्त्वज्ञान याची रूपरेषाही त्यातून साकार होते. त्यांचा शब्द न् शब्द ही भविष्याची आशादायक नांदी आहे. त्याप्रमाणेच अनेक अवघड प्रश्न सोडवण्यासाठी त्यांनी केलेल्या अविरत प्रयत्नांचे ते प्रतीक आहे. सर्वांत महत्त्वाची गोष्ट ही, की या भाषणांमधून त्यांनी स्वत:च्या कार्याला आणि पर्यायाने देशालाही किती निष्ठापूर्वक वाहून घेतले होते, याचा आलेख प्रतिबिंबित झाला आहे.

राजीव गांधी यांनी वेळोवेळी जी शेकडो भाषणे केली, त्यातले उतारे या पुस्तकात संकलित केले आहेत. त्यामधून राजीवजींचे विचार, कृती आणि श्रद्धा यांचे केवळ ओझरतेच दर्शन घडते; पण त्यातूनही वाचकाला त्यांच्या समग्र व्यक्तिमत्त्वाच्या थोरवीचा अंदाज येऊ शकेल. श्रीयुत जगमोहन सिंग राजू यांनी राजीवजींचे विचार, त्यांची वचने यांचा हा संग्रह तयार करून एक उत्कृष्ट कामगिरी बजावली आहे, असे म्हणायला हवे. ज्यांना राजीव गांधी यांची स्मृती चिरकाल टिकवायची आहे, या देशाच्या संदर्भातले त्यांचे स्थान नेमके जाणून घ्यावयाचे आहे, त्या मोठ्या जनसमूहापर्यंत हे संकलन पोहोचेल आणि ते त्याचे मनापासून स्वागत करतील, अशी मला आशा वाटते.

- सोनिया गांधी

जातीय विद्वेषाचे पागलपण आपला विध्वंस करून टाकील. भारत ज्या मूल्यपरंपरेसाठी मुख्यत: ठाम उभा आहे त्या मूल्यांना ते नष्ट करील.
*

सर्वधर्मसमभाव ही आपल्या राष्ट्रीय भूमिकेची आधारशिला आहे. सर्वधर्मसमभाव म्हणजे केवळ परधर्मसहिष्णुता नव्हे. राष्ट्रीय सुसंवाद राखण्यासाठी सातत्याने चाललेला तो एक क्रियाशील प्रयत्न आहे.
*

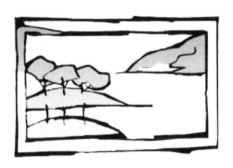

निधर्मी राज्यव्यवस्था हाच आमच्या एकतेचा मूलभूत आधार, पाया आहे. जातीयवाद आणि तदनुषंगिक इतर सर्व प्रकारच्या क्षुद्र निष्ठा या एकतेशी संपूर्ण विरोधी आहेत.
*

आज आम्ही जेव्हा 'स्वदेशी' हा शब्द उच्चारतो तेव्हा आम्हाला केवळ खादी अभिप्रेत नसते. 'स्वदेशी' या शब्दात आमच्या दृष्टीने या देशाचे औद्योगिकीकरण, इथले संगणक आणि इथे निर्माण होणारे आण्विक ऊर्जेचे स्रोत या साऱ्यांचा अंतर्भाव होतो.
'स्वदेशी' या शब्दाच्या मूळच्या अर्थामध्ये आता प्रचंड फरक पडलेला आहे आणि भारताने आपली किती प्रगती करून घेतली आहे याची तो शब्द साक्ष पटवतो. आम्हाला या साऱ्यांचा फार अभिमान वाटतो.
*

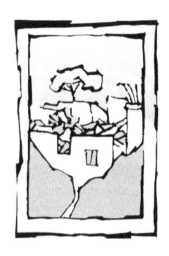

ज्या कलहांना आम्ही कारणीभूत नाही त्यापासून पूर्णतः अलिप्त राहणे हा शांततामय सहजीवनाचा आणखी एक महत्त्वाचा पैलू आहे.

*

आपल्या मार्गात अनेक अडथळे आहेत. पण त्यातला सर्वांत मोठा अडथळा म्हणजे धर्म, जात, भाषा, प्रांत यांत असलेल्या भेदांवर आधारलेला देशातला अंतर्गत फुटीरपणा.
या फुटीरपणाला अतिरेकी परिणाम येणार नाही याची आपण फार काळजी घ्यायला हवी, कारण त्यामुळे देशाची शक्ती कमी होऊन त्याला दुबळेपण येते आणि आपल्या प्रगतीचे मार्ग कुंठित होतात.

*

भारताचे सामर्थ्य त्याला परंपरेने लाभलेल्या आत्मिक बळावर आधारलेले आहे. या आत्मबळाला एका उच्चतर धर्मजाणिवेचे अधिष्ठान आहे आणि साऱ्या जाती, पंथ, धर्म यांच्यावर मात करून ते टिकून राहिलेले आहे. आर्थिक आधुनिकीकरणाच्या प्रक्रियेत हे आत्मबळच जर आपण गमावून बसलो, तर आपल्या देशाची शक्ती वृद्धिंगत होणार नाही. खरे सांगायचे तर भारत त्यामुळे दुबळा होईल.

*

अलिप्ततावादी चळवळ म्हणजे आमच्या लोकशाहीला जागतिक रंगमंचावर आम्ही मिळवून दिलेले स्थान. केवळ राष्ट्रीय सरहद्दी ओलांडून या लोकशाहीने केलेला आंतरराष्ट्रीय सामूहिकतेचा अवलंब.

*

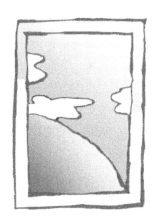

आम्ही जगाला दाखवून दिले आहे की आमच्यामध्ये क्षमता असली तरीदेखील सर्वत्र चाललेल्या आण्विक शस्त्रस्पर्धेत घुसून ती फुगवणे आम्हाला मुळीच नको आहे.
*
तंत्रज्ञान हे माणसाने निर्माण केलेले एक हत्यार आहे. ती मानवी मनाची निर्मिती आहे. तिला आपण आपल्यावर स्वामित्व गाजवू देता कामा नये.
*

दरिद्री आणि दलित यांच्यासाठी लढा देण्याकरिता आपणाला आपल्या पूर्वपरंपरांचे पुनरुज्जीवन केले पाहिजे. असे आपण केले तरच आपल्या स्वप्नातला भारत सरकार करण्यासाठी आवश्यक ते सामर्थ्य आपणास मिळेल.

*

आमच्या राष्ट्राला गोरगरिबांच्या सेवेसाठी सिद्ध असलेले राजकारण हवे आहे. ध्येयवादी दृष्टिकोन आणि पूर्वनियोजित कार्यक्रम यांवर आधारलेले राजकारण हवे आहे.

पण हे साध्य होण्यासाठी वेगवेगळे राजकीय पक्ष आणि त्यांचे राजकारणात गुंतलेले स्वार्थ यातले परस्परसंबंध प्रथम कटाक्षाने तोडून टाकायला हवेत.

*

ज्याला आपल्या स्वातंत्र्याचा अभिमान असेल–
जो आत्मसंरक्षणासाठी आवश्यक असलेल्या लष्करी
यंत्रणेने सज्ज आणि समर्थ असेल–
जो शेती, व्यवसाय आणि अव्वल दर्जाचे तांत्रिक ज्ञान
यांच्या योगे सामर्थ्यशील आणि आत्मनिर्भर बनलेला
असेल–
जो जात, पंथ, धर्म यांच्या सर्व सीमा उल्लंघून केवळ
एकात्मतेच्या भावनेने बांधलेला असेल–
जो दारिद्र्यापासून, सामाजिक आणि आर्थिक विषमतेपासून
सर्वस्वी मुक्त असेल–
अशा भारताची आपण उभारणी करू या.

*

भारत
शिस्तबद्ध आणि कार्यक्षम;
नैतिक आणि आत्मिक मूल्यपरंपरांनी सुसज्ज;
पृथ्वीवरील शांततेचे रक्षण करण्यासाठी कटिबद्ध असलेला
निर्भय बलस्रोत;
आत्मिक आंतरिक बळाशी भौतिक प्रगतीची सांगड
घालणारे विश्वाचे प्रेरणास्थान;
आपल्या सांस्कृतिक वारशाचे बळ घेऊन येणारी एक नवी
संस्कृती, यौवनाच्या वसंत ऋतूची सृजनशीलता आणि
आमच्या जनशक्तीचे अजेय असे आत्मबळ.

*

सांस्कृतिक परंपरा या एक किंवा दोन पिढ्यांच्या द्वारा उभारल्या जात नाहीत.
अनेक पिढ्यांच्या अथक आणि अविरत परिश्रमांनीच या परंपरा सिद्ध होतात.
नरमपणा, दुर्बलता, आळस या दुर्गुणांना बळी पडणाऱ्या परंपरा अंती नाश पावतात.

*

कसलीही अनुकूलता नसलेल्या, दरिद्री आणि कोणताही समृद्ध वारसा नाकारला गेलेल्या अशा लोकांनी अनेक देदीप्यमान विजय संपादन केले आहेत. पण हा संघर्ष इथे थांबता कामा नये.
समृद्धीतच अंतर्भूत असलेले दारिद्र्य, उणिवा हा एक विलक्षण असा नैतिक विरोधाभास आहे. त्याचा प्रथम काय तो निकाल आपल्याला लावायला हवा आहे.

*

जिथे मानवतेचे स्वत:शी शांततामय नाते आहे आणि त्याबरोबरच सर्वांची प्रगती आणि समृद्धी साधण्यासाठी जिथे समर्पणशील वृत्ती आहे त्या उज्ज्वल आणि सुंदर अशा भविष्याचे स्वप्न आपण आपल्या हृदयाशी घट्ट कवटाळून धरायला हवे आहे.

*

कोणत्याही राष्ट्राच्या अविकसित परिस्थितीत कामगाराची पिळवणूक ही कशी गृहीतच धरलेली असते आणि मुळात अविकसितता हीच वसाहतवादाची परिणती कशी असते याची भारतीय समाजमनाला आणि सामाजिक जाणिवेला पहिल्याप्रथम जर कुणी ओळख पटवून दिली असेल तर ती पंडित जवाहरलाल नेहरू यांनी.

म्हणजेच आपला वसाहतवादाविरुद्ध चाललेला लढा हा मूलत: भारतात खोलवर रुजलेल्या अफाट दारिद्र्याविरुद्ध चाललेला लढा होता.

आणि यामुळेच कामगारांच्या हक्कांचे संरक्षण हा आमच्या विकासयोजनांचा एक अत्यंत महत्त्वाचा घटक होऊन बसला आहे.

*

निमित्तानिमित्ताने । ९

काळाच्या प्रचंड उलथापालथीला तोंड देऊन आमची संस्कृती टिकून राहिली आहे. कारण आम्ही सतत आत्मसात करणे, एकीकरणाला सामोरे जाणे याबाबत क्षमता दाखवली आहे.
वेगवेगळे वंश, संस्कृती आणि धर्म हे भारतात एकत्र झाले आहेत आणि त्यातून आमच्या जीवनाला एक समृद्ध, सुंदर असे वैविध्य आणि वैचित्र्य लाभले आहे.
आणि आता, वसाहतवादामुळे पत्करावी लागलेली लाचारी संपल्यानंतर आमचे तरुण राष्ट्र आमच्या जनतेसाठी एक नवे, संपन्न जीवन सिद्ध करण्याची ईर्ष्या बाळगून त्यासाठी धडाडीने व आत्मविश्वासाने चैतन्याच्या खुणा दर्शवीत आहे.
*
केवळ कारखाने, धरणे आणि रस्ते बांधून कोणत्याही देशाचा खऱ्या अर्थाने विकास होत नाही.
विकास व्हायला हवा तो मुख्यत्वे देशातील जनतेचा. जनतेच्या भौतिक, सांस्कृतिक आणि आध्यात्मिक क्षेत्रांतल्या सर्व गरजा पूर्णपणे भागवणे हे आपल्या विकासाचे उद्दिष्ट असले पाहिजे.
देशाच्या विकासामध्ये तिथल्या मानवी घटकाचे महत्त्व सर्वाधिक मोलाचे आहे हे ध्यानात घ्यायला हवे.
*

सुसंवादी समाजाची संकल्पना ही एकूणच समतोलावर अवलंबून असते. हा समतोल उत्पन्नाची साधने आणि लोकसंख्या, ऐहिक समृद्धी आणि बौद्धिक, नैतिक व आत्मिक विकास; निसर्ग आणि मानव या साऱ्यांमध्ये साधायला हवा.
*
आपण स्वत: किती प्रमाणात विज्ञानाची निर्मिती आणि वाढ करू शकतो यावर 'विकास' या शब्दाचा व्यापक अर्थ अवलंबून आहे.
वैज्ञानिक आणि तांत्रिक ज्ञान यांची इतरांकडून आपण केवळ उसनवारीच करत राहिलो तर आपला विकास होणार नाही. निदान एक स्वतंत्र राष्ट्र म्हणून तरी आपण प्रगत होऊ शकणार नाही.
*

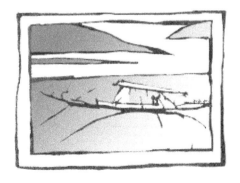

राष्ट्रीय स्वावलंबन आणि कोणताही निर्णय घेताना अबाधित ठेवलेली लोकशाही भूमिका हाच माझ्या दृष्टीने खरा अलिप्ततावाद आहे.

*

आपण निवडलेल्या आत्मविकासाच्या मार्गाने जाण्याचा प्रत्येक राष्ट्राला हक्क आहे. त्या हक्काचा आम्ही मनापासून आदर करतो. अलिप्ततावादाचा तत्त्वज्ञानाच्या मुळाशी असलेली जाणीव हा शांततामय सहजीवनाचा खरा अर्थ आहे.

*

स्वावलंबित्वाचे उगमस्थान म्हणजे माणसांची मने होत.
*

माझा असा ठाम विश्वास आहे की विकसनशील राष्ट्रे एकमेकांशी जेवढे अधिक सहकार्य करतील तेवढी उत्तर आणि दक्षिण या भागांमध्ये एकमेकांकडे सहकारी म्हणून बघण्याच्या प्रवृत्तीला अधिक चालना मिळेल.
*

भारत हा एकाच ठिकाणी थबकून राहिलेला देश नाही. आमची प्रगती होत आहे. आम्ही प्रवाहशील आहोत. आमचा समाज, आमची अर्थव्यवस्था ही विकसित होते आहे. विज्ञान आणि तंत्रज्ञान ही या विकासाची प्रमुख गुरुकिल्ली आहे.

*

दुर्दैवाने आज संस्कृतीची व्याख्या नृत्य आणि संगीत यांच्यापुरतीच मर्यादित झाली आहे. तथापि केवळ नाचणे, गाणेबजावणे म्हणजे संस्कृती नव्हे. आपण कसे जगतो, कसा विचार करतो, कसे वागतो या सर्व गोष्टींचा अंतर्भाव संस्कृतीत होतो. आमच्या संस्कृतीत जोपर्यंत वैज्ञानिक जाणीव नाही तोपर्यंत एकविसाव्या शतकात पाऊल टाकण्याच्या दृष्टीने आम्ही पुरेसे समर्थ होऊ शकत नाही. आम्ही दुबळेच राहणार!

*

अणूचे विघटण करून आम्ही प्रचंड, अमर्याद अशी ऊर्जा मुक्त केली आहे.
ही ऊर्जा विधायक पद्धतीने मानवजातीच्या विकासाच्या कारणी लावणे, आपल्या एकूण सामाजिक प्रगतीसाठी तिचा उपयोग करून घेणे हे आता आपले साध्य असले पाहिजे. त्याबरोबरच हा विलक्षण सामर्थ्यशाली ऊर्जास्रोत मानवतेच्या विनाशासाठी कधीही उपयोजिला जाणार नाही, याची आपण अगदी डोळ्यांत तेल घालून काळजी घ्यायला हवी.

*

वैज्ञानिक मानसिकता म्हणजे केवळ उच्च प्रतीच्या तंत्रज्ञानाचा अवलंब करणे नव्हे, तर सारे काही सुरळीत चालले आहे याविषयीही कटाक्षाने जागरूक असणे होय.

*

शैक्षणिक संस्थांच्या कार्याचे अंतिम ध्येय संपूर्ण सत्याची जपणूक आणि विकास हेच असले पाहिजे.
*
आपण फार आत्मनिष्ठ, व्यक्तिवादी आहोत.
भोवतालच्या समाजाशी आपले काही नाते आहे हे आपण फारसे मानत नाही.
जे समाजाला उपयुक्त आहे आणि ज्यात आपला काही व्यक्तिगत स्वार्थ दडलेला नाही, असे एखादे कार्य प्रत्यक्ष घराबाहेर पडून आपण क्वचितच करतो.
*

शारीरिक अपंगांना कोणत्या अडचणींना तोंड द्यावे लागते, कोणते ओझे वाहावे लागते त्याची यथार्थ जाणीव आपण अंध किंवा पंगू असल्याशिवाय कुणालाही येणे शक्य नाही.
*

एका परीने विचार केला तर प्रत्येक जण तसा अपंगच आहे. हे अपंगत्व समाजाने, आमच्या समाजाने, अनेकांना बहाल केले आहे.

माणसांवर लादले गेलेले हे अपंगत्व नष्ट करणे, त्यांना अधिक उच्च पातळीवर नेणे आणि त्या साऱ्यांना समान हक्क देणे हे आज आपल्यापुढचे सर्वांत महत्त्वाचे कर्तव्य आहे.
*

शारीरिक व्यंगे ही तशी बघता इतर व्यंगांपेक्षा फारशी वेगळी नसतात. पण आपला समाजच असा आहे की तो कोणत्याही शारीरिक दुर्बलतेचे लगेच अपंगपणात रूपांतर करतो. आपल्याला समाजात बदल घडवून आणायला हवा आहे तो मुख्यत्वे या बाबतीत.

∗

आपल्या समाजामध्ये सार्वत्रिक समता प्रस्थापित करणे हे शिक्षणाचे प्रमुख उद्दिष्ट आणि कार्य असले पाहिजे. गेल्या हजारो वर्षांमध्ये आमच्या विविध सामाजिक रचनापद्धतीने माणसांमाणसांत जे भेदभाव निर्माण करून ठेवले आहेत ते नष्ट करण्यासाठी शिक्षण हे एक प्रभावी हत्यार बनले पाहिजे.

∗

केवळ कायदेकानून करून सामाजिक बदल घडवून आणता येत नाही. तो बदल खरे तर प्रत्यक्ष समाजातच घडायला हवा आहे आणि त्याचा प्रारंभ अगदी मुळापासून झाला पाहिजे. ते मूळ शिक्षणात आहे.

*

मनाचे आधुनिकीकरण अवश्य व्हायला हवे. पण त्याचा अर्थ आपली मूल्यपरंपरा आणि आपला सांस्कृतिक वारसा विसरून जाणे नव्हे.

*

इथल्या अनेक संस्कृती आणि त्यांतले वैविध्य, वैचित्र्य यांतच आपला भारत सामावलेला आहे. त्याची शक्ती एकवटलेली आहे.

या विविध संस्कृतींच्या विकासातून, त्यांचा जास्तीत जास्त उत्कर्ष साधण्यातूनच भारत शक्तिसंपन्न होणार आहे.

*

इथल्या प्रत्येक संस्कृतीचा स्वतंत्रपणे, परिपूर्णतेने विकास करणे आणि त्यांच्या आपापसातील क्रिया-प्रतिक्रियांमधून भारताला जे काही उत्कृष्ट निर्माण करता येईल ते करणे यातच आमचे खरे सामर्थ्य आहे.

*

स्त्रिया म्हणजे समाजाची सामूहिक सदसद्विवेकबुद्धी होय. कोणत्याही समाजाला एकत्र निगडित ठेवण्याचे कार्य स्त्रियाच करतात.

*

परवशता, मग ती एखाद्या देशाची असो की एखाद्या व्यक्तीची असो, दोन्हींत काहीही फरक नाही.
आणि स्त्रिया या अत्यंत परवश, परतंत्र आहेत.

*

सामूहिकदृष्ट्या विचार करायचा झाला तर कोणतेही फायदे, हक्क, लाभ नाकारला गेलेला जगातला सर्वांत मोठा समूह हा स्त्रियांचा आहे.

*

जे आज हीनदीन अवस्थेत आहेत त्यांना त्या अवस्थेतून बाहेर काढणे आणि समाजाच्या सर्व स्तरांत समानता प्रस्थापित करणे हा माझ्या दृष्टीने 'समाजवाद' शब्दाचा खरा अर्थ आहे.

*

ज्या न्यायाला लोकांनी मान्यता दिलेली आहे तोच खरोखरी अखेरीस महत्त्वाचा. न्यायाधीश न्यायानुसार निर्णय देईल पण न्याय खरा कसोटीला लावून, तावून-सुलाखून घेतो तो बंडखोरच.

*

माझा असा ठाम विश्वास आहे की, लोकप्रतिनिधी म्हणजे केवळ कायदेमंडळाचे, विधानसभेचे सदस्य नव्हेत; तर जनतेची सेवा करणे ही ज्यांची जबाबदारी आहे, त्या सर्वांचा या प्रतिनिधींत अंतर्भाव होतो.

*

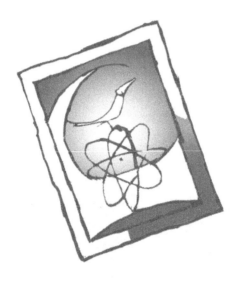

अखिल जगातील मानवजातीचे कल्याण करणे, हाच सर्वप्रमुख कायदा आहे.

*

आण्विक अस्त्रे ही जगातील मानवांच्या दृष्टीने एक अत्यंत असह्य आणि घातुक अशी आपत्ती आहे. या अस्त्रांचा वापर करणे तर दूरच राहो, पण तशी नुसती धमकी कुणी कुणाला देणे हे देखील अश्लाघ्य आहे. कोणत्याही परिस्थितीत कुणालाही या बाबतीत लवमात्रदेखील स्वातंत्र्य असता कामा नये.

*

तंत्रज्ञानातील प्रगती ही देशादेशांतल्या आर्थिक विषमतेच्या दऱ्या अधिकाधिक विस्तृत करत आहे. रुंदावत आहे. साऱ्या सामर्थ्यशील शासनांचे राजकारण या आर्थिक विषमतेला खतपाणी घालत आहे. आणि विविध देशांतील नात्यांमध्ये संघर्षपूर्ण तणाव उत्पन्न करत आहे. केवळ बळजबरी करून या समस्यांची उत्तरे शोधता येणार नाहीत. द्रष्टेपण, उत्तम राजकारणपटुत्व यांसाठी सहकार्यावर आधारलेल्या आणि विधायक अशा कार्यक्रमांचा अवलंब केला पाहिजे. तरच ही भयानक आर्थिक विषमता दूर होईल आणि साऱ्यांचेच जीवनमान उंचावेल.

*

आधुनिक पद्धतीच्या युद्धविषयक तंत्रज्ञानाने शांततेच्या अखंडत्वाचे महत्त्व अधिकच उत्कटपणे अधोरेखित केले आहे.

उद्या जर आण्विक युद्ध झाले, तर ते या युद्धात भाग घेणाऱ्या काय किंवा न घेणाऱ्या काय, साऱ्यांचाच पार नायनाट करील. अधिक काय सांगावे, ते पृथ्वीच्या पाठीवरून सारी मानवजात पुसून टाकील. अवघे चैतन्य नष्ट करील.

त्यामुळेच नि:शस्त्रीकरणाच्या चळवळीची आज तीव्रतेने गरज भासत आहे.

*

ज्या दिवशी तलवारी ठाकूनठोकून त्यांचे नांगर, शेतीची अवजारे बनवली जातील आणि विध्वंसक शस्त्रास्त्रांच्या कारखान्यांत गुंतवल्या जाणाऱ्या लक्षावधी रुपयांच्या प्रचंड रकमांचा ओघ मानवी विकास आणि मुक्तता यांसाठी प्रयत्नशील असणाऱ्या कलाक्षेत्रांकडे वळवता येईल तो दिवस जवळ आणण्यासाठी आपण सारे मिळून अविरत श्रम करू या.

*

विकसनशील देशांची आज जी अवस्था आहे ती तशी असणारे कारण म्हणजे वसाहतवाद. गेल्या शेकडो वर्षांच्या वसाहतवादाने आपण पुरतेपणी पिळून निघालो आहोत. आमच्यातला जीवनरस शोषला गेला आहे. आणि म्हणून विकसनशील देशांना पुन्हा वर येणे, इतरांबरोबर समान पातळी गाठणे इतके जिकिरीचे, इतके दिरंगाई लावणारे, वेळखाऊ होत आहे.

*

अवर्षण आणि दुष्काळ, दुस्सह यातना आणि मृत्यू यांनी आज आफ्रिकेतील मोठमोठ्या विस्तीर्ण भागांत जे थैमान मांडले आहे ते काही केवळ निसर्गाच्या निर्घृणतेचे किंवा राज्ययंत्रणेच्या असमर्थतेचे पर्यवसान नाही. वसाहतवादाने जी एक रचनात्मक असंतुलितता चहूकडे पसरवली आहे तिचे ते सातत्याने होणारे परिणाम आहेत.

*

अणुस्फोटामुळे येणारा मृत्यू हा माणसांचे पासपोर्ट तपासणार नाही. तो जशी कुणाच्या प्राणाची पर्वा करणार नाही त्याप्रमाणे कोण कुठल्या देशाचा रहिवासी आहे याचीही दखल घेणार नाही.

*

जागतिक शांतता आणि प्रांतांप्रांतांमधला सलोखा यांचा परस्परांशी फार निकटचा संबंध आहे.
प्रांतीय विसंवाद, संघर्ष हे आश्चर्यकारक वेगाने विश्वव्यापी स्वरूप धारणा करतात.

*

आपापल्या देशात हितसंबंधांचे रक्षण करताना एकूण मानवतेबाबत असलेल्या आपल्या कर्तव्यांकडे आणि जबाबदारीकडे कुणालाही डोळेझाक करता येणार नाही. भौगोलिक पैलूदार लोलकातून पाहिले तर माणसांचे भिन्न भिन्न रंग आपणास दिसतात. तथापि मूळच्या पांढऱ्याशुभ्र प्रकाशात इतर सारे रंग एकवटून आपण सर्व मिळून एक मानवता बनतो.

*

संस्कृती म्हणून भारत जो आजवर टिकून राहिला आहे तो त्याच्या ठायी असलेल्या एका विस्मयकारक क्षमतेमुळे स्वीकारणे, स्वत:मध्ये भिनवून घेणे आणि आत्मसात करणे, विविधतेकडे सहिष्णु वृत्तीने बघणे आणि सर्व देशांचे समग्रतेने दर्शन घेणे या गोष्टींत भारताची ही विशिष्ट क्षमता दिसून येते.

हा आपला प्राचीन सांस्कृतिक वारसा आहे. त्याचा त्याग न करता आधुनिक विज्ञानाची फळे आम्ही त्या वारशात सामावून घेतली पाहिजेत.

*

विज्ञानाने भौतिक वस्तू आणि ऊर्जा, मन आणि भौतिक वस्तू, चेतन आणि अचेतन यांतल्या भेदरेषा पुसून टाकण्यास प्रारंभ केला आहे.

संरक्षक, विधायक प्रवृत्ती मनावर ठसवणे हा विध्वंसक प्रवृत्तींवर मात करू शकणारा एक अत्यंत परिणामकारक उपाय आहे.

*

राष्ट्रांच्या सत्तालोभासमोर विज्ञानाने आज एवढी शरणागती पत्करली आहे की त्यामुळे सर्व पृथ्वी ही एका विध्वंसक शक्तीच्या दडपणाखाली भारावून हतबल झाली आहे. ही शक्ती बघता बघता पृथ्वीवरचे सारे चैतन्य मालवून टाकील आणि तिला स्मशानशांततेमुळे भयाण वाटणारा करड्या राखेचा एक निर्जीव ढिगारा बनवील.

*

काही मोजक्या देशांकडे दळणवळणाच्या, इतरांशी जलद संपर्क ठेवण्याच्या साधनांची आत्यंतिक विपुलता, सहजसुलभता आहे. तिचा कमी विकसित देशांवर प्रतिकूल परिणाम झाल्यावाचून राहत नाही. इतरांशी संपर्क साधणे किंवा इतर देशांकडून माहिती मिळवणे हा जो त्या देशांचा स्वाभाविक हक्क आहे तो या विषम व्यवस्थेमुळे बाधित होतो.

*

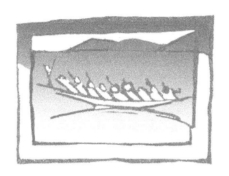

मानवजातीचा इतिहास म्हणजे बंधन आणि मुक्ती, संघर्ष आणि सुसंवाद, वैर आणि सहकार्य, बळजबरी आणि तडजोडी यांनी मिळून सिद्ध झालेली एक प्रदीर्घ रोमहर्षक कहाणी आहे.

*

सामूहिक सहजीवनाचा आदरपूर्वक स्वीकार करण्यासाठी आपण केवळ तयारच नव्हे तर उत्सुक असले पाहिजे. त्यासाठी या पृथ्वीवरील विस्मयकारक विविधता आपण अखंड राखली पाहिजे, नव्याचा कायम शोध घेतला पाहिजे आणि जुन्यामध्ये ते विलीन, एकजीव केले पाहिजे. असे आपण करू तेव्हाच आपली परंपरा– जी शिक्षण, विज्ञान आणि संस्कृती यांच्या विटा एकावर एक रचून बांधली जाते ती– टिकवून धरता येईल. संपन्न आणि समृद्ध करता येईल.

*

वसाहतवादामुळे निर्माण झालेली पराधीनता संपवावी आणि सर्व देशात समता प्रस्थापित करण्यासाठी कार्यरत व्हावे हा आमच्या दृष्टीने स्वातंत्र्याचा अर्थ होता. समाजाची सुधारणा करून एका अधिक मानवतावादी आणि न्याय्य अशा पायावर त्याची पुनर्रचना करावी, सर्व धार्मिक पूर्वग्रहांपासून तो मुक्त व्हावा, सामाजिक विषमता आणि दीनदुबळ्यांची आर्थिक पिळवणूक नाहीशी व्हावी अशा अनेक सुंदर स्वप्नांचाही तो भव्य आणि उत्तुंग अशा प्रारंभ होता.

आमच्या स्वातंत्र्याचा पाया घालणाऱ्या आमच्या पूर्वजांनी हेच ध्येयस्वप्न आपल्या डोळ्यांसमोर बाळगले होते.

*

भारताला एकविसाव्या शतकाच्या उंबरठ्यापाशी आणून उभे करणे हे आज आपल्यापुढचे सर्वांत मोठे आव्हान आहे. त्यासाठी, एक म्हणजे आपल्या वसाहतवादी भूतकाळाने जे दारिद्र्य आपल्यावर लादले आहे त्यापासून आपण मुक्त झाले पाहिजे. आणि दुसरे म्हणजे, जनतेच्या ठायी ज्या महत्त्वाकांक्षा नव्याने उदित होऊ लागल्या आहेत त्या पूर्ण करण्याचे सामर्थ्य आपल्या ठायी निर्माण झाले पाहिजे.

*

भारत हा प्राचीन देश आहे; परंतु ते एक तरुण राष्ट्र आहे. आणि सर्व तरुण असतात तसेच आपणही फार अधीर, उतावीळ आहोत.

*

मी तरुण आहे आणि माझेही एक स्वप्न आहे.
मी अशा भारताचे स्वप्न बघतो की जो सामर्थ्यशाली, आत्मनिर्भर आणि स्वावलंबी असून मानवतेच्या सेवेसाठी सज्ज असलेल्या राष्ट्रांच्या प्रथम श्रेणीत अभिमानाने शोभत आहे!

*

जागतिक अर्थव्यवस्था ही आज अपंग, लुळीपांगळी झाली आहे.
ती अव्यंग, समर्थ व्हावी याची आच म्हणा की द्रष्टेपण म्हणा, आंतरराष्ट्रीय जनतेला आहे असे दिसत नाही.
भविष्याच्या दिशेने आम्ही केवळ स्वैरपणे वाहत चाललो आहोत. त्या प्रवासाला निश्चित धोरण नाही.

*

नुकत्याच मागे पडलेल्या भूतकाळाने वर्तमानात लुडबूड करता कामा नये आणि त्यातून भविष्यकाळाला इजा पोचेल असेही काही होता कामा नये.

*

हिमालयाची उत्तुंग शिखरे युगानुयुगे आपली मस्तके दृढ आत्मविश्वासाने आकाशात उंचावून स्थिर उभी आहेत. ती ज्या एका उदात्त भविष्याचे सार्वभौम प्रतीक आहेत त्या ध्येयाकडे, त्याच्या परिपूर्तीकडे पोहोचण्याचे ती आम्हाला सतत आव्हान देत आहेत.

*

आपल्याला लाभलेली उत्पन्नाची नैसर्गिक साधने एखादे राष्ट्र ज्या पद्धतीने वापरते त्यावर त्याचे स्वास्थ्य व समृद्धी अवलंबून असतात.

खराखुरा विकास हा नेहमीच वर्तमानकालीन गरजा आणि भविष्यकाळात जाणवू शकणाऱ्या गरजा यांच्यामध्ये एक न्याय्य असा समतोल साधत असतो.

*

आर्थिक प्रगतीमुळे जे परिवर्तन समाजात घडून आले आहे आणि लोकशाहीने आम्हाला बहाल केलेल्या अधिकारांशी कधी कधी जे भलते स्वातंत्र्य घेतले जात आहे, त्यामुळे आमच्या पारंपरिक सामंजस्याला दुबळेपणा येत आहे. तरीदेखील, आम्हाला लाभलेला तो प्राचीन सांस्कृतिक वारसा आहे त्याच्याशी इतक्या सहजासहजी तडजोड करता येणार नाही. कारण तो वारसा आमच्या हुतात्म्यांनी आपले रक्त शिंपून संपादन केला आहे आणि तो पुढेही सातत्याने चढतावाढता राहावा म्हणून त्यांनी आपल्या प्राणांची आहुती दिली आहे!

*

चांगला लेखक हा वाचकाच्या अनुभवसंचितात अशा प्रकारे भर टाकतो की लिखित शब्दाखेरीज अन्य कोणत्याही माध्यमाला तो भाव योग्य प्रकारे वाचकापर्यंत पोहोचवता येणार नाही.

*

मानवजातीचे या पृथ्वीतलावरचे दीर्घकालीन अस्तित्व ध्यानात घेता सर्व राष्ट्रांनी– विशेषत: मोठ्या राष्ट्रांनी– जबाबदारीची जाणीव कितीतरी अधिक प्रमाणात ठेवण्याची आवश्यकता आहे.

*

आम्हाला ज्या तऱ्हेची परिस्थिती वारसाहक्काने लाभली आहे ती आपण सांभाळून ठेवली पाहिजे; इतकेच नव्हे, तर आहे त्यापेक्षाही ती अधिक निर्मळ, निरोगी करून भावी पिढ्यांच्या ताब्यात दिली पाहिजे.

*

सर्व प्राणिजातांच्या मूलभूत एकतेवर भारतीय संस्कृतीने सातत्याने भर दिला आहे. अखिल मानवजात हे आमच्या दृष्टीने एक भले थोरले असे कुटुंबच आहे. पाच हजार वर्षांच्या प्रदीर्घ कालावधीत, साऱ्या विजयातून आणि संघर्षातून ही पुरातन जाणीव आम्ही टिकवून धरली आहे.

*

निसर्ग हा मानवासाठी औदार्याचे आणि समृद्धीचे उघडलेले एक भांडारच आहे. साऱ्या सांस्कृतिक आणि भौतिक विकासासाठी आवश्यक असलेला पाया हे निसर्गाने आपल्याला दिलेले वरदान आहे. आपण मात्र निसर्गाच्या या उदार दातृत्वाचा सतत दुरुपयोग करत आलो आहोत. त्याची अक्षरश: लूटमार करत आहोत.

*

प्रभातकाळ जसा दिवसाच्या शुभागमनाचे आश्वासन देतो त्याप्रमाणे लहान मूल हे भावी पुरुषपणाचे प्रसादचिन्ह असते.

भोवतालचे निरोगी वातावरण मुलांमध्ये योग्य त्या प्रवृत्ती निर्माण करते आणि या प्रवृत्ती जन्मभर मुलांना साथ देतात. अगदी कोवळ्या वयापासूनच मुलांना स्वत:चा विचार करण्याआधी इतरांचा विचार करण्याची उदार शिकवण दिली पाहिजे.

*

आपल्या काळातल्या विसंगती आणि विरोध हे पूर्वी कधीही नसतील इतके अक्षम्य आहेत. भूतकाळी वैपुल्य आणि दारिद्र्य यांतला धक्कादायक विरोध हा केवळ तत्त्वज्ञांनीच चिंतन करावे असा विषय होता. कारण तेव्हा आपणापाशी लक्षावधी भुकेल्यांना खाऊपिऊ घालणे आणि गृहहीनांना माथ्यावर छप्पर देणे या सुविधा उपलब्ध नव्हत्या. पण विज्ञानाने आता ही परिस्थिती पालटून टाकली आहे. जगात कुठेही, कुणालाही उपासमारीने मरण्याचे कारण राहिलेले नाही.

*

भारतामध्ये कोणत्याही विशिष्ट वांशिक किंवा धार्मिक गटाचा प्रत्यक्ष किंवा छुपा दबाव जनतेवर नाही. त्याप्रमाणेच या तऱ्हेच्या कोणत्याही अल्पसंख्याक गटांना आपल्या असमर्थतेमुळे कसला उपद्रव सहन करावा लागत नाही. सांस्कृतिक विविधता ही आपल्या देशात एक निसर्गसिद्ध अवस्था म्हणून स्वीकारली जाते; तिचा गौरव, आत्मसन्मान राखला जातो आणि तिला पूर्ण संरक्षणही दिले जाते.

*

आधुनिक तंत्रविज्ञानाने विध्वंसाच्या अमर्याद संभाव्यता आपल्यासमोर निर्माण केल्या आहेत. त्यांसाठी आता आपल्या वैचारिक परिवर्तनाची, नवनव्या वैचारिक भूमिकांची अत्यंत आवश्यकता आहे.

जर आपली ही मानवजात टिकून राहायला हवी असेल तर आपल्या राजकीय विचारसरणीमधून क्रूर हिंसाचार आणि तदनुषंगिक इतर साऱ्या गोष्टी यांचा आपण पुरता निचरा केला पाहिजे.

आज काळाची सर्वांत मोठी गरज असेल तर ती विज्ञान आणि आध्यात्मिकता यांची सांगड घालणे ही होय. कोपर्निकसने एके काळी विज्ञानात अभूतपूर्व क्रांती केली. आज आपल्या आंतरराष्ट्रीय परस्पर नातेसंबंधात तशीच मूलभूत क्रांती घडवून आणणे अत्यावश्यक आहे.

*

आम्ही चुका केल्या असतील, पण आमच्या मूलभूत बांधिलकीचा आम्हाला कधीही विसर पडलेला नाही. वेगवेगळ्या तत्त्वज्ञानांना अनुसरणाऱ्या आणि त्याप्रमाणे आपली सामाजिकता सांभाळणाऱ्या राष्ट्रांचे सहजीवन शांततापूर्ण असावे असे जे एक भव्य स्वप्न आम्ही सतत बघत आलो आहोत त्याच्याशी ही बांधिलकी आहे.

लोकशाही कल्पनांच्या कक्षा राष्ट्राराष्ट्रांतील नातेसंबंधांपर्यंत विस्तारित कराव्यात यासाठी आम्ही सदैव कार्यरत राहिलो आहोत.

आमच्या निग्रही आणि निर्धारपूर्ण स्वातंत्र्यासाठी आम्हाला खूप यातनांतून जावे लागले आहे. पण त्या यातनांचे पर्यवसान आम्ही कधी इतरांबद्दलचा कडवट विद्वेष किंवा तिरस्कार या भावनांत होऊ दिलेले नाही.

*

आमचे शूर स्वातंत्र्यसैनिक आणि आमचे प्रगतिशील समाजसुधारक यांनी कार्यक्षम लोकशाही संस्था आणि भक्कम आर्थिक पाया यांचा वारसा आम्हाला बहाल केला हे खरोखर आमचे मोठे भाग्य आहे.

आता भविष्यकालीन भारताची उभारणी करणे हे माझ्या पिढीचे आद्य कर्तव्य आहे.

*

दुसऱ्या जागतिक महायुद्धानंतर सर्वत्र जे भयानक भेदभाव निर्माण झाले त्यांना अलिप्ततावाद हे आमचे चोख उत्तर आहे.

हे जग विविधरंगी आहे आणि ते तसेच असणार आहे ही जाणीव आमच्या श्रद्धेत खोलवर रुजलेली आहे.

आणि जग आम्हाला जसे दिसते तसेच आम्ही ते पाहणार. हा आमचा मूलभूत हक्क आहे आणि तो आम्ही बजावल्याखेरीज राहणार नाही.

जगात वागण्याचा एकच एक मार्ग आहे, तोच अचूक असून साऱ्यांनी त्याच मार्गाचा अवलंब केला पाहिजे, या गोष्टीवर आमचा मुळीच विश्वास नाही.

*

केवळ समान अंतरांची मोजपट्टी वापरून अलिप्ततावादाचे रास्त मूल्यमापन कुणालाही करता येणार नाही.

*

स्वातंत्र्य आणि वंशवाद एकत्र नांदू शकत नाहीत. विज्ञान आणि दारिद्र्य हेही एकत्र नांदू शकत नाहीत.
*
आमचा देश विस्ताराने प्रचंड आहे ही गोष्ट खरी. पण म्हणून आम्ही कधी राक्षसाची भूमिका घेतली नाही. तसे वर्तनही आम्ही कधी केले नाही.
*

आपण पुन्हा एकदा जागतिक शांततेच्या सिद्धीसाठी स्वत:ला वाहून घेऊ या. वैपुल्याने समृद्ध झालेल्या जगात आढळून येणाऱ्या उपासमारीसारख्या लज्जास्पद गोष्टीशी मुकाबला करण्यास आपण सज्ज होऊ या.

आजचा काळ समतेचा, मानवाच्या अभिमानस्पद जीवनसरणीचा आहे. या काळात आपण जातीयवादाच्या गुन्ह्याचा धिक्कार करू या.

आण्विक शस्त्रास्त्रांच्या वेडाने पछाडलेल्या या जगाला त्या विकृतीपासून वाचवण्यासाठी आपण प्रयत्नांची शर्थ करू या.

माणसाची सृजनशील प्रतिभा ही मानवजातीच्या समृद्धीसाठीच सदैव कार्यरत व्हायला हवी. तिच्या विध्वंसासाठी नव्हे.

*

जगातल्या लोकसंख्येचा फार मोठा भाग हा अजूनही दारिद्र्यात काळ कंठीत आहे.

*

वंशवाद आणि वसाहतवाद यांचे ओझरते अवशेष देखील स्वातंत्र्य आणि न्याय यांना अपमानकारक आहेत.
*
जगातले दैन्य, दारिद्र्य, नाना प्रकारच्या उणिवा या नाहीशा करण्यासाठी तर्कशुद्ध आणि समंजस अशा योजनाबद्ध कार्यक्रमांची आवश्यकता आहे. केवळ औदार्य किंवा दानशूरता या गोष्टी अशा कार्यक्रमांची जागा कधीच घेऊ शकणार नाहीत.
*

शांतता आणि समृद्धी यांनी एकत्र निगडित झालेल्या मानवतेच्या कुटुंबाचे भव्य आणि उदात्त स्वप्न प्रत्यक्षात यायला हवे असेल तर त्याला अडथळा करणाऱ्या मनामनांतल्या भिंती आपण प्रथम हटवू या.

*

आमची श्रद्धा ही मनुष्यस्वभावातील मूलभूत चांगुलपणा व सौजन्य यांवर आधारलेली आहे.

*

साम्राज्ये येतात आणि जातात. नेते विजय संपादन करतात. पण जे जिंकले गेलेले असतात ते कधी न कधी आपले स्वातंत्र्य पुन्हा मिळवल्यावाचून राहत नाहीत.
*

आपण सर्वांनी एकत्रित व्हावे याचा अर्थ साऱ्यांमध्ये एकसुरीपणा यावा असा खचित नव्हे किंवा माणसांतले वेगळेपण; त्यांची स्वतंत्र व्यक्तिवैशिष्ट्ये पुसून टाकावीत असाही नव्हे. एकात्मतेचा अर्थ आपल्या संकलित आणि समग्र अशा समाजव्यवस्थेत आपल्या विविध सांस्कृतिक रूपांची आणि वैशिष्ट्यांची भारताच्या विकासासाठी केलेली जपणूक.
*

सहिष्णुता, सहजीवन, अंतर्गत परस्परावलंबी कृतिशीलता आणि एकूण समृद्धी या गोष्टीच आमच्या राज्ययंत्रणेला बळकटी आणणार आहेत.

*

आमचे प्रश्न आम्ही लोकशाही मार्गानेच सोडवले पाहिजेत. ते मार्ग उपलब्ध असताना अतिरेकी किंवा हिंसाचारी मार्गांचा आम्ही का अवलंब करावा? अशा अघोरी उपायांना आम्ही कधीही थारा देता कामा नये.

*

गेल्या अनेक शतकांतून आमच्या देशाची प्रतिमा जी प्रकट झाली आहे ती आमच्या या वर्तनातून– आम्ही साऱ्यांशी मिळतेजुळते घेऊन त्यांच्याशी जवळीक साधली, इतरांशी एकोपा करून सर्व मतभेद शांतपणे सहन केले आणि आमच्या देशातल्या विविध प्रकारच्या मानवसमूहांत सुसंवाद आणि सलोखा निर्माण केला!
*
भारत जर समर्थ झाला तर प्रत्येक भारतीय सामर्थ्यसंपन्न होईल. पण भारत जर दुबळा झाला तर प्रत्येक भारतीयाला दौर्बल्य ग्रासून टाकील.
*

आपण जेव्हा विज्ञान, तंत्रज्ञान यासंबंधी चर्चा करतो तेव्हा त्या दोन्ही गोष्टी आपल्या खेड्यापाड्यांतल्या अगदी गरीब लोकांना मिळाल्या पाहिजेत, असा आपला उद्देश असतो.
*
अहिंसा ही माणसांचे आत्मबळ वाढवते.
*

माणसे घाम गाळण्यास आणि प्रतिकूल परिस्थितीशी सामना देण्यास तयार नसतील तर कोणतेही राष्ट्र भक्कम पायावर उभारले जाणार नाही.

*

भारत ही नवी लोकशाही आहे. पण ती एक अतिशय पुरातन संस्कृती आहे.

*

केवळ आर्थिक किंवा वैज्ञानिक प्रगतीच्या परिणामाने विकासाच्या मूलभूत मानवी संदर्भावर मात करता येणे अशक्य आहे.

माणसाचे माणूसपण किती उन्नत, समृद्ध झाले आहे हीच विकासाची व प्रगतीची एकमेव कसोटी मानायला हवी.

*

माणसाची कार्यक्षमता आणि त्याची आंतरिक कर्तृत्वसाधने पूर्णपणे विकसित होतील अशी परिस्थिती निर्माण करणे ही खरोखर महत्त्वाची गोष्ट आहे. आर्थिक विकास हा त्या परिस्थितीच्या निर्मितीसाठी करावयाच्या प्रयत्नांचा केवळ एक भाग आहे.

*

क्षुद्र मने आणि भित्री कमकुवत हृदये प्रचंड कार्ये कधीच साध्य करू शकणार नाहीत.

*

आपल्या देशात जी वैज्ञानिक प्रगती होत आहे ती किती झपाट्याने होत आहे किंवा आमचे वैज्ञानिक संशोधन किती उच्च दर्जाचे आहे या गोष्टीला तितकेसे महत्त्व नाही. मानवप्राणी म्हणून आमच्या देशातल्या माणसाला हे जे ज्ञान प्राप्त होत आहे त्याच्याशी सुसंगत नाते जोडण्याइतका तो स्वत: प्रगत होत आहे की नाही हा खरा महत्त्वाचा प्रश्न आहे.

*

तंत्रज्ञान हे गरिबांच्या विरोधात आहे असे कधी कधी म्हणतात. माझे मत नेमके याच्या विरुद्ध आहे. पहा ना. ज्या देशांनी तंत्रज्ञानावर प्रभुत्व मिळवले आहे तेच दारिद्र्याच्या आव्हानाला यशस्वीपणे तोंड देत आहेत असे प्रत्ययाला येते.

*

आपण जेव्हा एखादे झाड लावतो तेव्हा आपण जीवनाचा नवा अंकुरच जणू रुजवतो. झाड लावणे हा प्रेमभावनेचा आविष्कार आहे. इतकेच नव्हे, तर आपल्या बांधवांबद्दलची, किंबहुना पृथ्वीवरील एकूण जीवनाबद्दलची ती आत्मीयतेची, जिव्हाळ्याची भावना आहे.

*

आमची धर्मनिष्ठा हा आमच्या आध्यात्मिक जाणिवेचा सर्वांत महत्त्वाचा आणि प्रबळ असा घटक आहे.
*
सर्वधर्मसमभाव म्हणजेच सर्व धर्मांविषयी सारखाच आदर बाळगणे हे भारताच्या सामर्थ्याचे रहस्य आहे. आपल्याला भारत शक्तिसंपन्न झालेला बघायचा असेल तर आपण सर्वधर्मसमभावाच्या तत्त्वाशी एकरूप असले पाहिजे.
*

केवळ पुस्तकी शिक्षणाने माणसाचे व्यक्तिमत्त्व तयार होत नाही. त्यासाठी वेगवेगळ्या आणि नियमित अशा शारीर व्यायामाचीही आवश्यकता आहे. हा व्यायाम सांघिक खेळांत सामील होऊन मिळवता येईल किंवा केवळ आपल्यापुरते खेळूनही मिळवता येईल.

*

साक्षरता आपल्या जनतेला खरे सामर्थ्य देईल, इतकेच नव्हे, तर सर्व प्रकारच्या पिळवणुकीला, अन्यायाला तोंड देण्याची ताकदही ती जनतेत निर्माण करील.

*

शिक्षणाचा अर्थ केवळ साक्षरतेपुरता मर्यादित करणे योग्य होणार नाही. तो जास्त व्यापक असला पाहिजे. आणि बालकाचे व्यक्तिमत्त्व आणि शील यांची उभारणी करण्यासाठी त्याचा उपयोग झाला पाहिजे.

*

काळाच्या ओघात सोसावे लागलेले नाना प्रकारचे प्रक्षोभ, इतिहासात घडणाऱ्या अनेक उलथापालथी या साऱ्यांना यशस्वीपणे तोंड देऊन आम्ही टिकून राहिलो आहोत. गेली शेकडो वर्षे होत राहिलेल्या या आंतरिक क्रिया-प्रतिक्रियांमधून एक आधुनिक राष्ट्र म्हणून आजचा भारत सिद्ध झाला आहे.

आमची शक्ती आणि प्रगतिशीलता या आमच्या धर्मातीत भूमिकेत आणि आमच्या देशाच्या विविधतेत सामावल्या आहेत.

आम्ही पुन्हा एकदा या मूल्यपरंपरेमध्ये आमची तरुण मने संस्कारित करून घेतली पाहिजेत.

*

कोणतेही बेफाट तर्क, उत्कट भावना, कुणाचे आधार, पूर्वघटितांची उदाहरणे– मग ती कितीही पवित्र किंवा उल्लंघन करण्यास अशक्य अशी असोत, त्यांचे आपल्या मनावर कसलेही दडपण येऊ देता कामा नये किंवा आपल्या भोवतालच्या परिस्थितीचे अवलोकन मोकळ्या मनाने करण्यात त्यांचा अडथळा येऊ देता कामा नये. वैज्ञानिक निष्कर्ष आणि शुद्ध विचार यांनी आपणास जो तर्कशुद्ध निर्णय सुचवला असेल तोच आपण तत्परतेने घ्यायला हवा.

*

संस्कृती ही एखाद्या वृक्षासारखी असते. या संस्कृतीरूप वृक्षाची पाळेमुळे भूमीत खोलवर पसरलेली असली तरी त्याला जिवंत राहण्यासाठी सूर्यप्रकाशाची आवश्यकता असते. आणि इतर समाजांशी होणाऱ्या क्रिया-प्रतिक्रियांमधूनच या वृक्षाला चैतन्य मिळते. तो वाढतो. फोफावतो. भारताची संस्कृती विकसित झाली, बहरून आली. कारण ज्यांच्याज्यांच्याशी तिचा संबंध आला त्या विविध संस्कृतींबरोबर तिने देवाणघेवाण केली आणि त्यांच्याशी मेळ साधला.

स्थानिक आणि जागतिक; स्थिर आणि वाढणारे; भूत, वर्तमान आणि भविष्य या साऱ्यांच्या सुविहित संवादातूनच आजची भारतीय संस्कृती सिद्ध झाली आहे.

*

माणूस काय किंवा जीवन काय, आपण वेगवेगळ्या तुकड्यांत त्यांचे विभाजन करू शकत नाही. मग ते आर्थिक व सांस्कृतिक असो, आधिभौतिक व आध्यात्मिक असो, उपयुक्ततावादी आणि सौंदर्यात्मक असो किंवा बौद्धिक आणि भावनिक असो– अशी विभागणी मुळी करताच येत नाही. हे सारे एकत्रित करून जी आकृती सिद्ध होते त्यातूनच माणूस निर्माण होतो.

*

बदल ही मानवी व्यवहारांमधली एक अटळ, अपरिहार्य घटना आहे.
नवी आव्हाने पुढे ठाकतात पण त्याबरोबर नव्या संधीही सामोऱ्या येतात.
हे नवे बदल मानवजातीच्या हितासाठी कसे योग्य दिशेने वळवता येतील हे बघणे राजकारणी पुरुषांचे कर्तव्य आहे.

*

भिन्न भिन्न विचारप्रणाली आणि परस्परविरोधी स्वार्थभावना या तर सतत राहणारच आहेत. पण न्याय्य अशा आंतरराष्ट्रीय सुव्यवस्थेवर या गोष्टींना आपण कधीही आक्रमण करू देता कामा नये.

*

आपल्या सामाजिक जीवनात जोपर्यंत स्त्रियांना दुय्यम स्थान दिले जात आहे तोपर्यंत समाजाचा विकास योग्य दिशेने होत आहे अशी आपण स्वतःची फसवणूक करून घेता कामा नये. आपल्या समाजावरचा तो एक नैतिक कलंक आहे. इतकेच नव्हे, तर ती आपली आपण आपल्यालाच करून घेतलेली एक फार मोठी आर्थिक जखमदेखील आहे!

*

वर्णसंस्काराला विरोधी असणारी भूमिका ही तिरस्करणीय, घृणास्पद आहे.
*
वर्णसंस्काराला विरोध करणे हे अमानुषतेचे लक्षण आहे.
*

मानवता म्हणजे स्वार्थभावनेवर तत्त्वनिष्ठेने मिळवलेला विजय.

*

काही विशिष्ट राष्ट्रांना आपले स्वत:चे मोठेपण, वर्चस्व टिकवून धरण्याचे जे औत्सुक्य, जी चिंता वाटते तिच्यापेक्षा संपूर्ण मानवजात टिकवून धरणे, तिचे संरक्षण करणे ही आपल्या दृष्टीने अधिक महत्त्वाची गोष्ट आहे. निकडीची प्रेरणा आहे.

*

वंशवाद आणि त्यातून निर्माण होणारा फाजील
धर्माभिमान म्हणजे सर्वसामान्य मानवतावादी उदार
भूमिकेला दिलेला नकार होय.
वंशवादावर, वंशाभिमानावर आधारलेल्या राजवटी
यांच्याशी सहमत होणे आम्हाला केवळ अशक्य आहे.

*

जे जे काही नवे असते ते सारे जुन्यापेक्षा चांगलेच असते
असे समजण्याचे कारण नाही.
खऱ्या विकासाचा अर्थ हा आहे की जे जुने राखून
ठेवण्याजोगे आहे ते प्रयत्नपूर्वक जतन करावे, जे स्वीकारार्ह
असेल त्याचा स्वीकार करावा आणि जे नाकारण्यासच
योग्य आहे त्याचा निर्धाराने त्याग करावा.

*

आमच्या ज्या देशभक्त स्त्री-पुरुषांनी भारतीय स्वातंत्र्याचे स्वप्न पाहिले त्यांना हे पुरतेपणी ठाऊक होते की सामाजिक विषमता आणि अन्याय यांचे निर्मूलन करणे ही राष्ट्राच्या पुनर्जन्माची एक अत्यंत आवश्यक, निकडीची गरज आहे.
*

विज्ञानाने समृद्धीचा खजिनाच आपणासमोर खुला केला आहे.
तरीही मानवजातीचा दोन तृतीयांश भाग अद्याप दारिद्र्यात खितपत पडला आहे.
विज्ञानाने उपलब्ध करून दिलेले सर्व फायदे फक्त काही मोजक्या अशा संपन्न राष्ट्रांच्याच पदरात पडत आहेत.
*

नव्या गोष्टींचा प्रारंभ करण्याविषयीचे औत्सुक्य, कल्पनाशक्तीचा वापर आणि भोवतालच्या बदलत्या परिस्थितीची जाणीव हा कोणत्याही गतिमान समाजाचा अत्यावश्यक असा प्राणवायू आहे.

विज्ञानाने आपल्या शक्तीमध्ये, आपण स्वप्नातही कल्पना करू शकणार नाही अशी भर टाकली आहे. शक्तीचा अफाट स्रोत निर्माण केला आहे.
या साऱ्या शक्तीच्या परिणामांपासून मानवजातीला स्वत:चे संरक्षण करावयाचे असेल तर ते फक्त शांततामय जीवनाचा भव्य आदर्श डोळ्यांसमोर बाळगूनच करणे शक्य होईल.

*

भय आणि नाना प्रकारच्या उणिवा यांपासून मुक्तता मिळवणे ही आजची जागतिक समस्या आहे.

*

आर्थिक आणि औद्योगिक स्वार्थहेतूंच्या वेदीवर स्वातंत्र्य आणि वांशिक समता यांचा बळी कदापि देता कामा नये. ते आत्मघातकीपणाचे ठरेल.

*

वैज्ञानिक कल्पनारम्य कथाकादंबऱ्यांतून माणसे दूरदूरच्या ग्रहांवर प्रवास करताना आढळतात. पण तरीदेखील, आतापर्यंत पृथ्वी हेच मानवजातीला आधार देणारे तिचे हक्काचे घर आहे.

या घराचे सौंदर्य आणि समृद्धी सुरक्षित ठेवणे, इतकेच नाही तर त्यात वेळोवेळी जमेल तेवढी भर घालणे हे आपणा सर्वांचे आद्य कर्तव्य आहे.

*

लहान मूल हाच खऱ्या अर्थाने लोकशाही भूमिकेचा पुरस्कर्ता आहे.

कारण त्याला जात, धर्म वेगवेगळे समाज यांच्या कोणत्याही बंधनांची, अडथळ्यांची जाणीव नसते.

आपण आपल्या देशासाठी ज्या एकात्मतेची आणि बंधुभावाची उत्कट अपेक्षा करत आहोत तिचे एकमेव प्रतीक म्हणजे लहान मूल.

*

उपासमार, रोगराई, निरक्षरता, पर्यावरणाचे प्रदूषण यांसारख्या मुळातच अनिष्ट असलेल्या गोष्टी विज्ञान आणि समाजाभिमुख तंत्रज्ञान यांच्या योगाने निश्चित सुधारता येतील.

*

हिंस्र प्रवृत्तींची पाळेमुळे जर विद्वेषातून रुजत असतील तर मग त्यावरचा इलाज सहानुभूती, करुणा हाच आहे आणि सहानुभूती ही एक प्रकारच्या जवळिकीतून, मानवी नातेसंबंधातून, परस्परांना अधिक चांगले समजून घेण्याच्या उत्कट जाणिवेतून वाढत राहते.

*

आम्ही समाजवादी आहोत. पण आमचा समाजवाद ही आम्ही बाहेरून उसनवार घेतलेली तत्त्वप्रणाली नाही. त्याला आमच्या संपन्न आणि उदार अशा खास भारतीय संस्कृतीची भरभक्कम बैठक आहे. या संस्कृतीत वाढलेले आम्ही इतरांबद्दल सतत स्वागतशील राहिलो आहोत. बाहेरून येणारी कोणतीही चांगली तत्त्वे स्वतःमध्ये शोषून घेत आम्ही आमच्याशी त्यांचा मेळ घालतो आणि आमचे मूलभूत भारतीयत्व न गमावता त्यांना आमच्यामध्ये विलीन करून टाकतो.

*

कोणत्याही लोकशाही राष्ट्रामध्ये पोलिसांनी जसे कायद्यांचे संरक्षण केले पाहिजे तसा त्यांनी कायद्यांचा मानही राखला पाहिजे.

*

भारत हे एका थोर संस्कृतीचे जन्मस्थान आहे. ही संस्कृती जेवढी पुरातन तेवढीच प्रगमनशील आहे.

आपण या संस्कृतीचे वारसदार आहोत. अगदी अलीकडच्या काळापर्यंत आपण जगातल्या अत्यंत संपन्न, श्रीमंत राष्ट्रांपैकी एक होतो.

अनेक साहसी समुद्रपर्यटक, संशोधक भारताचा शोध लावण्यासाठी झटत होते. त्यासाठी मोठमोठ्या संकटांचा पाठपुरावा करत होते. त्यांनी धैर्याने तोंड देत होते. कारण त्यांना इथली अलोट संपत्ती हवी होती.

मला तो भारत अभिप्रेत आहे. त्या भारताचे आपण पुनरुज्जीवन करायला हवे आहे.

भारत हा एक असा पुरातन देश आहे की जिथली जनता वेगवेगळ्या धर्मांवर शतकानुशतके गाढ श्रद्धा ठेवत आली आहे.

भिन्न धर्ममते आणि भिन्न विचारप्रणाली यांचा अवलंब करणारे लोक अत्यंत प्राचीन काळापासून इथे वस्ती करून राहत आहेत.

आणि म्हणूनच आमच्या समाजव्यवस्थेत, आमच्या लोकशाहीत जातीयवादाला मुळीच स्थान नाही.

*

भारताला त्याचे स्वत:चे प्रश्न नाहीत असे नाही. हे प्रश्न विविध भाषा, जाती, वंश, वेगवेगळे धर्म यांच्या संदर्भातले आहेत.
अशा प्रश्नांशी योग्य तो मुकाबला करण्यास केवळ लोकशाही राज्यपद्धतीच समर्थ असते. ती या प्रश्नांमुळे येणाऱ्या दबावांना तोंड देण्याइतकी लवचीक, त्यांच्यापुढे नामोहरम न होण्याइतकी चिवट आणि या देशातील विविध संस्कृतींमुळे येणाऱ्या वैचित्र्याचा गौरवपूर्क स्वीकार करण्याइतकी प्रौढ व समंजस आहे.

*

लोकशाहीचा आर्थिक विकासाशी कोणत्याही प्रकारे विरोध असण्याचे कारण नाही.
वेगळ्या प्रकारच्या राज्यपद्धतींत हा विकास कदाचित अधिक वेगाने होत असेल. पण आपला आजवरचा अनुभव असा आहे की आपल्याकडे या विकासात अडथळे जरा कमी प्रमाणात येतात. कामे ठप्प होण्याची प्रक्रिया टाळता येते. कारण कसलीच शंका उपस्थित न करणाऱ्या निर्बुद्ध सामूहिक संमतीपेक्षा चर्चेने, वादविवादाने, कधी कधी मतभेद होऊनसुद्धा आपले प्रश्न आपण सोडवणे हे केवळ लोकशाहीतच संभवनीय असते.

*

सामाजिक विषमता आणि दुर्बलता यांच्याविरुद्ध लढा देणे हादेखील राष्ट्रीय एकात्मतेचा एक अर्थ आणि उद्दिष्ट होऊ शकते.

*

भारत हे नेहमीच प्रचंड आत्मविश्वास बाळगणारे राष्ट्र आहे. या आत्मविश्वासाच्या बळावरच आम्ही आजवर अनेक कल्पनांचा विकास केला. अनेक ध्येये जोपासली. भविष्यविषयक विविध स्वप्ने पाहिली. गेल्या अनेक शतकांमध्ये या साऱ्यांचा प्रसार जगाच्या कानाकोपऱ्यांपर्यंत झालेला आहे.

*

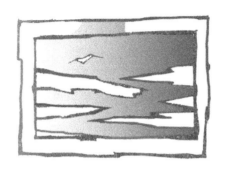

प्रचंड संघर्ष करून आपले स्वातंत्र्य आपण संपादन केले आहे.
हे स्वातंत्र्य जर अबाधित राखायचे असेल तर त्यापेक्षाही मोठ्या संघर्षाला आज आपण तोंड द्यायला सिद्ध असले पाहिजे.
आपली जेवढी प्रगती होईल, आपले बळ जेवढे अधिक वाढेल, आपले मस्तक आपण जेवढे उन्नत करू तेवढी या स्वातंत्र्याचे, या राष्ट्रांचे संरक्षण करण्यासाठी अधिक मोठ्या संघर्षाची आपल्याला आवश्यकता भासत राहणार आहे.
*

भूतकाळाच्या गर्तेत स्वत:ला गाडून घेऊन आपल्याला जीवनाचे सातत्य कधीच टिकवून धरता येणार नाही. हे सातत्य टिकवण्यासाठी आपणाला विकासाचे नवनवे प्रदेश सतत शोधून ते पादाक्रांत केले पाहिजेत.
*

केवळ विज्ञान, तंत्रज्ञान किंवा आर्थिक विकास म्हणजे खऱ्या अर्थाने आधुनिकीकरण नव्हे.
तंत्रज्ञान हे केवळ एक साधन, एक हत्यार आहे. ते जर मनाच्या प्रेरणेनुसार वापरले, तरच उपयुक्त ठरते. एरव्ही नाही.

*

मी जेव्हा एकविसाव्या शतकाबद्दल, या शतकात भारताची उभारणी करण्याबद्दल बोलण्यास प्रारंभ केला तेव्हा खेड्यापाड्यांतल्या प्रत्येक दुकानातून, घरातून डोकावणाऱ्या कॉम्प्युटरची चित्रे खचितच माझ्या डोळ्यांसमोर नव्हती. तर एकविसाव्या शतकात आपण आपल्या मानसिक प्रवृत्ती कशा बदलणार आहोत हा माझ्या बोलण्यामागील हेतू होता!

*

आज चालू असलेल्या विकासाच्या आणि प्रगतीच्या शर्यतीत आमचे लक्ष हे पुष्कळदा आर्थिक आणि आधिभौतिक विकासावरच मुख्यत्वे खिळून राहिलेले दिसते. तथापि हा दृष्टिकोन भारताच्या नैतिकतेशी, त्याच्या आत्म्याशी विरोध करणारा आहे. भारताला माणसाचा सर्वांगीण विकास, आधिभौतिक तसाच आत्मिक विकासही अभिप्रेत आहे हे आपण ध्यानात ठेवले पाहिजे.

*

आमचा समाजवाद हा खास आमचा आहे. ते परदेशातून इथे आणून रुजवलेले एखादे रोपटे नाही. गांधीजींनी आम्हाला दरिद्री नारायणाची सेवा करण्याची दीक्षा दिली. 'प्रत्येक डोळ्यातला प्रत्येक अश्रू पुसून टाकीन' ही त्यांची प्रतिज्ञा होती. आमच्या समाजवादाच्या मुळाशी ही नैतिक मूल्यभावना प्रामुख्याने आहे. तिच्यातूनच तो आकाराला आला आहे.

*

कोणत्याही स्वतंत्र राष्ट्राची मुख्य गुरुकिल्ली म्हणजे त्याचे परराष्ट्रीय धोरण आणि अशा स्वतंत्र परराष्ट्रीय धोरणाचा अत्यंत महत्त्वाचा भाग म्हणजे त्या विशिष्ट राष्ट्राची समर्थ आणि स्वावलंबी अर्थव्यवस्था.

*

विज्ञाननिष्ठा म्हणजे केवळ विज्ञान जाणून घेण्याची उत्सुकता नव्हे. वैचारिक तर्कशक्तीचा परिपोष करणे, अंधश्रद्धा आणि पोकळ पोपटपंची यांच्याशी मुकाबला करणे यांचाही विज्ञाननिष्ठेत समावेश होतो.
आज आपला देश ज्या आव्हानांना तोंड देत आहे त्यावर मात करण्यास अशा प्रकारची विज्ञाननिष्ठाच समर्थ ठरेल.

*

कोणताही वैज्ञानिक, मग त्याचे ध्येयधोरण काही असो, आपली सामाजिक बांधिलकी तो कधीच विसरू शकणार नाही. त्याने ती विसरता कामा नये. वैज्ञानिक संशोधन आणि समाजाचा अभ्युदय यांमध्ये एक दृश्य साखळी असणे अत्यंत आवश्यक आहे. विशेषत: आपल्यासारख्या विकसनशील देशात तर अशा दुव्यांची फारच गरज आहे. कारण वैज्ञानिक प्रगतीसाठी भरपूर पैशाची आवश्यकता असते. ती एक महागडी गोष्ट आहे.

*

एक स्वयंपूर्ण राष्ट्र म्हणून भारताची उभारणी करण्याच्या कामी धर्मनिरपेक्षता हा एक अत्यंत महत्त्वाचा घटक आहे. पण एक गोष्ट मला मान्य केलीच पाहिजे. धर्मनिरपेक्ष भूमिका ही केवळ घटनेमध्ये समाविष्ट करून किंवा ज्यांमध्ये या मूलभूत राजकीय जाणिवेचा समावेश होईल असे कायदेकानू बनवून अमलात आणता येईल असे नाही किंवा तसे केल्याने वैयक्तिक किंवा सामूहिक आचरण धर्मनिरपेक्षतेच्या ध्येयाला बळकटी आणील असे नाही.

*

भारतीय संस्कृतीचे ठळक विशेष म्हणजे तिची प्राचीनता आणि आपल्या विविधतेत तिने साक्षेपाने जोपासलेली तिची सामूहिक एकात्मता. या वैशिष्ट्यांनीच आमच्या संस्कृतीचे वेगळेपण अधोरेखित केले आहे.

*

ज्या आध्यात्मिक दुव्यांनी आम्हाला आमच्या वारशाशी, आमच्या परंपरेशी दृढतेने निगडित केले आहे ते दुवे प्रगती, समृद्धी किंवा आधुनिकीकरण यांच्या नावाने कधीही निखळू देता कामा नये.

आमचा विकास, नव्या शतकात प्रवेश करण्यासाठी आम्ही उचललेले पाऊल हे सारे फार चांगले आहे. पण त्याची किंमत आम्हाला केव्हा वाटेल? ते ध्येय साधताना आमची मूल्यपरंपरा, आमच्या वारशातले जे जे संग्राह्य आहे ते, आमची संस्कृती या साऱ्यांची जपणूक होईल तेव्हाच!

*

आमची मूल्यपरंपरा म्हणजे आम्ही अनुसरत असलेल्या विशिष्ट पद्धतीवर आधारलेला आमचा दृढ आत्मविश्वास. या पद्धतीत एक शक्ती आहे. ती शक्ती स्वत:चा पिंडधर्म न विसरता इतरांकडून जे जे काही घेण्यासारखे असेल ते घेते. बाहेरच्या ग्राह्य गोष्टी निर्भयपणे आत्मसात करते. कसल्याही फायद्याची आशा न बाळगता इतरांबरोबर संवाद साधते आणि या मिलाफातून स्वत:ला सतत समृद्ध करत राहते. आमची ही मूल्ये आणि ही विशिष्ट पद्धती आम्ही जपली पाहिजे.

*

कोणत्याही राष्ट्राचा आत्मा हा प्रामुख्याने आपल्या कलेच्या द्वारा प्रकट होतो. कवी, चित्रकार, शिल्पकार, अभिनेते आणि नर्तक हे राष्ट्राचे सर्वोत्कृष्ट सांस्कृतिक उद्गाते आहेत.

*

आपले घर, आपला देश, इतकेच नव्हे, तर सारे विश्व यांवर प्रेम करण्याची, एक एकत्रित असे विशाल कुटुंब म्हणून त्याकडे बघण्याची शिकवण मुलांच्या बाळपणापासून त्यांना द्यायला हवी.
आणि पालकांनीदेखील इतर देशांतल्या मुलांकडे आपल्या स्वत:च्या मुलांसारखेच वात्सल्याने, ममतेने बघितले पाहिजे. तेच उत्कट प्रेम त्यांनाही दिले पाहिजे.

*

खरेतर आम्ही आमची मूलभूत विचारसरणीच बदलायला हवी आहे.
अजूनही आम्ही आदिमावनाच्या काळापासून अस्तित्वात असलेल्या पाशवी प्रेरणांनीच झपाटले जात आहोत.
हिंसाचाराचा अवलंब हाच अजूनही एखाद्या समस्येवरचा अंतिम तोडगा आहे असे आम्हाला वाटत असते.

*

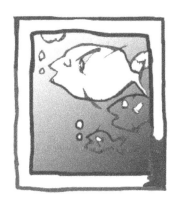

सत्तालोभ, अविश्वास आणि विषमता यांमुळे जे प्रश्न निर्माण होतात ते विविध राष्ट्रांमधील परस्परसहकार्य आणि त्यांच्यात असलेले समानतेचे धोरण यानेच सुटू शकतील.

*

आर्थिक भरभराट ही महत्त्वाची आहे यात शंका नाही. पण मानवी आत्म्याचे मोल त्याहून कितीतरी अधिक आहे. जगातल्या एका अत्यंत थोर अशा संस्कृतीचे आम्ही वारसदार आहोत याचा आम्हाला फार अभिमान वाटतो. गेली पाच हजार वर्षे ही संस्कृती सातत्याने टिकून राहिली आहे. तिचा प्रवास सारखा चालू आहे. आमच्या श्रेष्ठ विविधतेच्या गौरवशाली जाणिवेवर ती आधारलेली आहे. आमच्या या संस्कृतीकडे आमचे दुर्लक्ष झाले तर ज्या मूल्यांवर ती अधिष्ठित आहे त्यांकडेही आम्ही डोळेझाक केली असे होईल.

आणि तसे जर झाले तर आमच्या आर्थिक विकासासाठी नको तेवढी किंमत आम्ही मोजली असाच त्याचा अर्थ होणार नाही का?

*

निमित्तानिमित्ताने । ८१

बहुसंख्याकांची शासकीय सत्ता आणि अल्पसंख्याकांना मिळणारे संरक्षण या दोहोंचा समुचित मेळ म्हणजेच लोकशाही. तसा तर कोणताही समाज ताणतणाव आणि संघर्ष यांपासून पूर्णपणे कधीच अलिप्त नसतो. पण खरी लोकशाही तीच की जी हे सारे मतभेद चर्चेने आणि समंजस समावेशक वृत्तीने मिटवू शकते.

*

सर्व हृदये एकवटतील, त्यांच्यात ऐक्यभावना असेल तर ती जाणीवच राष्ट्राची एकता निश्चित करते.

जिथे सामाजिक घटकांत भेदभाव आहेत, विसंगती आहेत तिथे राष्ट्राचे स्थैर्य डळमळीत होऊ लागले आहे असे खचित समजावे.

एकता ही बाहेरून लादता येत नाही. तिची सक्ती करता येत नाही. समान आधार, समान सहकार्य, समान प्रयत्न आणि साऱ्यांचे मिळून असणारे समान भवितव्य यांच्या सुयोग्य मिलाफातूनच एकता निर्माण व्हायला हवी.

*

आमची सांस्कृतिक परंपरा टिकून राहिली आणि इतर संस्कृती कालौघात विलीन होऊन गेल्या, नामशेष झाल्या, याचे कारण काय? कारण हेच की, आमच्या या संस्कृतीत स्थितिस्थापकता, लवचीकपणा आणि इतरांशी मिळतेजुळते घेण्याची प्रवृत्ती आहे. इतर संस्कृतीत जे काही उत्कृष्ट आहे, ग्रहण करण्याजोगे आहे ते आत्मसात करून स्वत:मध्ये मुरवून घेण्यासाठी आवश्यक ती ताकद आणि आत्मविश्वास तिच्या ठायी पुरेपूर भरलेला आहे. आम्ही आशिया खंडाचे पुनरुत्थान करू इच्छितो. त्यासाठी आमच्या या विशाल खंडात ज्या महान संस्कृती होत्या आणि ज्या वसाहतवादाच्या आक्रमणामुळे तुटून विस्कळीत झाल्या त्यांच्यामधले दुवे आम्हाला पुन्हा जुळवून, सांधून घेणे आवश्यक आहे.

*

आण्विक शस्त्रे जर अस्तित्वात असतील तर कधी ना कधी एक दिवस त्यांचा वापर केला जाणारे हे निश्चित. म्हणूनच त्यांचा पुरतेपणी नायनाट करून टाकला पाहिजे. त्याखेरीज गत्यंतर नाही.

*

आमचे स्वातंत्र्य हा अत्यंत बहुमोल असा वारसा आहे. आमच्या धीरोदात्त स्वातंत्र्यवीरांनी तो आम्हाला मिळवून दिला आहे. इतके शूर, ध्येयनिष्ठ लढवय्ये जगाने क्वचितच कुठे अन्यत्र पाहिले असतील.

हे आमचे दिव्य स्वातंत्र्य आम्ही कधीही, कोणत्याही कारणाने धोक्यात येऊ देणार नाही. त्याबद्दलच्या लेशभरही तडजोडीला कुठे वाव नाही. मुळीच नाही.

*

सहिष्णुता, सर्वसमावेशकता हा आम्हाला परंपरेने लाभलेला वारसा आहे. या परंपरांना आज दोन दिशांनी धोका निर्माण झाला आहे.

एक धोका म्हणजे आमच्या समाजाच्या काही विभागांवर झपाट्याने होऊ लागलेले ऐहिक चंगळवादाचे आक्रमण. दुसरा धोका म्हणजे मौलिकतावाद, जातीयवाद, प्रांतवाद आणि असेच इतर 'वाद' यांचे आमच्यावर होत असलेले आक्रमण. हे सारे वाद असहिष्णु वृत्ती आणि हिंसाचार यांवर आधारलेले आहेत. अत्यंत जटिल, गुंतागुंतीच्या समस्यांवर अगदी सोपे उपाय सुचवणाऱ्या या वादांनी आम्हाला भलत्याच मार्गाने नेण्याचा घाट घातला आहे हे ध्यानात घ्यायला हवे.

*

८४ । निमित्तानिमित्ताने

आमच्या सांस्कृतिक एकात्मतेचा कोणताही भाग आम्ही जर गमावून बसलो तर भारत खऱ्या अर्थाने भारत राहणार नाही.

*

माझ्या दृष्टीने वृत्तसंस्थेचे मूलभूत आणि महत्त्वाचे कर्तव्य हे आहे की त्यांनी नागरिकाची राष्ट्रीय पातळीवरील निवड करण्याची क्षमता जोपासली पाहिजे आणि यासाठी वृत्तसंस्थेने त्यांना वस्तुनिष्ठ दृष्टिकोनातून भरपूर माहिती पुरवली पाहिजे, त्याबरोबरच वेगवेगळ्या पर्यायांचे योग्य ते विश्लेषणही केले पाहिजे.

*

वेगवेगळ्या मंत्र्यांची परस्परांशी स्पर्धा करणारी निरनिराळी अंदाजपत्रके आणि उपलब्ध असणारी साधने यांचा मेळ घालणे म्हणजे योजना नव्हे. योजना आखणे ही गोष्ट त्याहून फार वेगळी, कितीतरी अधिक अशी गोष्ट आहे. राष्ट्राच्या अत्यावश्यक गरजा नेमक्या जाणून घेणे आणि त्या पूर्ण करण्यासाठी प्रयत्नपूर्वक झटणे हा योजनेचा मूळ हेतू असला पाहिजे.

मर्यादित साधनसामग्रीपासून जास्तीत जास्त फायदा उठवणे आणि त्यासाठी अधिकाधिक कल्पक, नवनिर्मितिक्षम मार्ग शोधण्याचे प्रयत्न करणे या गोष्टींवर आपल्या योजनेद्वारा आपण प्रामुख्याने भर दिला पाहिजे.

*

लोकशाही राज्यव्यवस्था हा आमच्या राष्ट्रीयत्वाचा एक आधारस्तंभ आहे. दुसरा आधारस्तंभ आमची धर्मातीतता हा आहे. 'धर्मातीतता' या एका छोट्या संकेत-शब्दात आमच्या मूल्यपरंपरेचे आणि तत्त्वांचे सार सामावलेले आहे. ही मूल्ये आणि तत्त्वे यांनीच आमची संस्कृती गेली पाच हजार वर्षे टिकवून धरली आहे. प्रवाहित आणि गतिमान केली आहे.

*

धर्मनिरपेक्षता याचा अर्थ आमच्या दृष्टीने सत्याचा अखंड पाठपुरावा करणे, सत्य हेच अंती विजयी ठरेल यावर दृढ श्रद्धा ठेवणे हा आहे. सत्यमेव जयते.

*

आमच्या संस्कृतीचा स्वत:वरील अढळ विश्वास हाच आमच्या धर्मातीततेचा खरा अर्थ आहे. हा आत्मविश्वास इतरांच्या ठायी जे जे काही परिणामकारक, उत्कृष्ट आहे ते स्वीकारण्यास आम्हाला प्रवृत्त करतो. भिन्न भिन्न संस्कृती, कल्पना यांची एकमेकांवर कलमे करण्याची आम्हाला प्रेरणा देतो आणि त्यातूनच भूतकाळाशी असलेले आमचे नाते पुढे चालवून प्रगतीच्या नव्या दिशेकडे वळणे आम्हाला शक्य होते.

*

पूर्णपणे स्वतंत्र असलेली वृत्तसंस्था ही आमच्या लोकशाहीच्या आंतरिक सामर्थ्याचा आणि गतिशीलतेचा एक अत्यंत आवश्यक असा घटक आहे.

*

आमच्या स्वातंत्र्यसंग्रामातल्या अविनाशी मूल्यांनी भारतीय वृत्तसंस्थेचा पाया घातला आहे. तो वारसा आम्ही अभिमानाने पुढे चालवू इच्छितो.

*

आमच्या धर्मातीततेचा अर्थ पाखंडीपणा किंवा धर्मविरोध असा नाही, तर सर्व धर्मांविषयी सारखाच आदरभाव असा आहे.

*

भारताची धर्मातीत लोकशाही ही आमच्या राष्ट्राच्या वास्तवावर आधारलेली आहे. आमचा आजवरचा अनुभव, आमचा इतिहास आणि आमची संस्कृती हा त्या वास्तवाचा पाया आणि मूलाधार आहे.

*

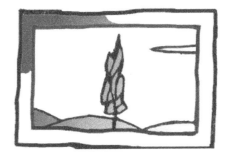

आमच्या संस्कृतीची थोरवी हीच आमच्या राष्ट्रीयत्वाचाही अस्सल गाभा आहे. एक राष्ट्र म्हणून जर आपणाला टिकून राहायचे असेल तर आम्हाला आमच्या संस्कृतीने दिलेल्या वारशाकडेच वळावे लागेल आणि आमच्या राष्ट्रातील विविध घटकांना समान आदराने वागवावे लागेल.

*

जसजशी वाढ होत राहते, विकास होऊ लागतो, समाज बदलतो, अर्थव्यवस्था समृद्ध होते तसतसे आमच्या समाजवादी भूमिकेने या साऱ्या फेरपालटांशी स्वत:ला मिळतेजुळते करून घ्यायला हवे.

आपण आपल्या सर्व गृहीततत्त्वांकडे पुन्हा एकदा मागे जायला हवे आणि या बदलत्या परिस्थितीशी ती तत्त्वे पुन्हा एकदा जोडून घ्यायला हवीत.

राज्ययंत्रणा जर योग्य रीतीने प्रतिसाद देणारी असेल तर ती हे सर्व बदल आत्मसात करते आणि त्यातून उद्भवणाऱ्या प्रश्नांना योग्य ती उत्तरेही शोधून काढते.

*

केवळ भारतासारखे राष्ट्रच एक आंतरराष्ट्रीय सत्ता म्हणून खंबीरपणे उभे राहू शकते.
आम्हाला असे स्थान मिळवायचे आहे ते काही आम्हाला सत्तेची हाव सुटली आहे म्हणून नव्हे. तर वैचारिकदृष्ट्या, एका ध्येयवादी भूमिकेतून आणि आर्थिक समृद्धीच्या संदर्भात ही सत्ता आम्ही संपादन करू इच्छितो.
*
राज्ययंत्रणा हीच विचार काय किंवा कसलाही माल काय, इतरत्र पोहोचवण्याचे सर्वोत्कृष्ट साधन आहे.
*

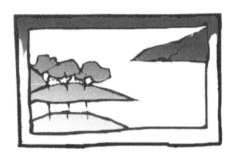

आमचा समाजवाद हा परकीय तत्त्वप्रणाली किंवा अमूर्त गृहीतकृत्ये यांवर मुळीच आधारलेला नाही.
आमच्या समाजवादी भूमिकेचा केंद्रबिंदू कामगार आणि किसान हा आहे.
आमच्या समाजवादाच्या यशस्वितेची खरी कसोटी कामगार आणि किसान यांच्या सुस्थितीवरच लागायला हवी.

*

आमच्या देशातील प्रत्येक प्रांताचा भाषिक आणि सांस्कृतिक पाया हीच तर आमची खरी शक्ती आहे. ती शक्ती म्हणजे विविधतेतून आम्ही जोपासलेली आमची एकता.

*

वैज्ञानिक कार्यप्रणाली ही एक सर्जनशील कार्यप्रणाली आहे. आणि सर्वच सर्जनशील कार्याप्रमाणे तिलाही योग्य अशा वातावरणाची आवश्यकता असते.
सर्जनशील प्रवृत्ती जर फुलून, बहरून यायला हव्या असतील तर त्यासाठी अनुकूल अशा वातावरणाचा विकास व्हायला हवा. त्याला साह्य करणे हे आपले कर्तव्य आहे.

*

जिज्ञासा आणि संशोधनाची प्रवृत्ती, आव्हान आणि प्रतिसाद, वादविवादातले आघात-प्रत्याघात, नवनव्या मार्गांचा शोध यांवर मानवी मन पोसले जाते. समृद्ध होते. कधी कधी त्याला चुकीच्या दिशाही मिळतात.
सर्वांत महत्त्वाची गोष्ट आहे ती लहान बालके आणि किशोरवयीन मुले यांची मने चेतवण्याची. शिक्षण आणि शहाणपण यांच्या सूर्यप्रकाशात फुलाप्रमाणे उमलवण्याची!

*

तंत्रज्ञान हे शेवटी केवळ एक हत्यार आहे. साधन आहे. जी मने आणि जे हात त्यांचा वापर करणार आहेत त्यांना कोणत्या प्रकारची शिकवण दिली जाते. त्यावर त्या हत्याराचा बरा किंवा वाईट उपयोग अवलंबून असणार!

*

जातीयवादाविरुद्ध जो लढा आम्हाला द्यायचा आहे तो केवळ घटनात्मक, कायदेशीर वा राज्ययंत्रणात्मक मार्गांनीच केवळ देता येईल असे नाही. हा लढा मूलत: लोकांच्या मनांमध्ये व्हायला हवा आहे.
आमच्या संस्कृतीने आमच्यात रुजवलेली आणि परंपरेने आमच्याकडे चालत आलेली मूल्ये ही प्रथम आपण तरुण पिढीच्या मनावर ठसवली पाहिजेत. या पिढीला आपल्या स्वातंत्र्यसंग्रामाचा परिचय झालेला नाही. त्या संग्रामातली मूल्यपरंपरा दुर्दैवाने त्यांना ठाऊक नाही. तसेच भारतीय संस्कृतीने आदरणीय मानलेल्या मूल्यांशीही त्यांचा परिचय झालेला नाही.

*

सर्वधर्मसमभाव ही एक जीवनसरणी आहे. आमची पारंपरिक तत्त्वे, आमची मूल्यपरंपरा, आमचा सत्यनिष्ठेवर आधारलेला ध्येयवाद, अहिंसा, करुणा यांतून ती रुजली आहे. कोणत्याही राजकीय वा अन्य निकडीच्या गरजा भागवण्यासाठी ती खर्ची पडता कामा नये.

*

मुले जन्माला येतात तेव्हा त्यांच्या मनात कसलेही पूर्वग्रह नसतात.

वर्ग, जात, धर्म, प्रांत, संस्कृती किंवा भाषा यातल्या भेदाचे विष मोठी माणसेच लहान मुलांच्या निरागस मनामध्ये पेरतात.

मुलांना त्यांच्या स्वाभाविक प्रवृत्तींनुसार वागण्याचे स्वातंत्र्य दिले तर ती आपोआप सहजीवनाचा अवलंब करतात.

दुर्दैवाने, बालकांना वाढवण्याची, त्यांचे संगोपन करण्याची जबाबदारी विश्वासाने ज्यांच्यावर सोपवली जाते तेच त्यांच्या मनात नाना प्रकारचे पूर्वग्रह भरवतात.

हे पूर्वग्रह प्रथम आपण नाहीसे केले पाहिजेत. खरोखर, ती आजची फार मोठी गरज आहे.

या पृथ्वीनामक ग्रहावरील शांततामय सहजीवनाचे मर्म हेच आहे की त्याने आपणा सर्वांच्या विकासासाठी परस्परसहकार्याची भूमिका आत्मसात करायला हवी.

*

मानवता आज परस्परविरोधी दिशांनी जाणाऱ्या रस्त्यांच्या सांध्यावर उभी आहे.
यातला एक रस्ता आम्हाला आत्मघाताच्या दिशेने घेऊन जाणार आहे.
हा रस्ता सत्तासंतुलनाच्या पारंपरिक कल्पनेतून उगम पावला आहे आणि तो अणुशस्त्रांकडे कल असलेल्या तत्त्वप्रणालीने आम्हाला दाखवून दिला आहे.
दुसरा रस्ता मात्र आम्हाला दुसरी संधी मिळवून देणार आहे.
त्या रस्त्यावर शांततामय सहजीवनाचा मार्गदर्शक फलक लावलेला आहे. अहिंसा, सहिष्णुता आणि सहानुभूती या सार्वभौम मूल्यपरंपरेतून हा रस्ता पुढे जातो.

*

आपला विकास आपण कोणत्या मार्गाने करून घ्यावा त्याची निश्चित निवड करणे हा प्रत्येक राष्ट्राचा सार्वभौम हक्क आणि त्याची सार्वभौम जबाबदारी आहे. पण जागतिक विकास ही मात्र संपूर्ण आंतरराष्ट्रीय मानवतेची समान बांधिलकी असली पाहिजे.

*

अलिप्ततावाद हा राष्ट्राच्या स्वयंनिर्णयाच्या आकांक्षेवर आधारलेला आहे. राष्ट्रीय स्वावलंबन आणि आत्मनिर्भरता यांचा तो निदर्शक आहे.

*

जागतिक अशांततेची मूळ कारणे ही त्या त्या देशाच्या कमीअधिक सैन्यबळावर अवलंबून असतात असे नाही. ती कारणे फार वेगळ्या गोष्टींवर आधारलेली आहेत. सर्वत्र पसरलेले अपार दारिद्र्य, दुःखाचा आकांत, भूक, रोगराई आणि अज्ञान यांतून ती उद्भवली आहेत. भोवतालच्या वातावरणातल्या एकूण कंगालपणाशी त्यांचा संबंध आहे. आणि आजच्या जागतिक जीवनसरणीतील विषमता व अन्याय यांच्या जाळ्यात ती गुरफटलेली आहेत. अशा परिस्थितीत साऱ्या मानवजातीला स्थैर्य व संरक्षण मिळायला हवे असेल तर सर्वांना समान संधी देणे आणि आपले ईप्सित साध्य करण्यासाठी आवश्यक त्या सुविधा त्यांना सहजपणे उपलब्ध होतील अशी काळजी घेणे या गोष्टींवर आपण प्रामुख्याने भर द्यायला हवा. सर्वसमावेशक जागतिक सुरक्षा ही एका नव्या, अधिक न्याय्य आणि गौरवपूर्ण अशा जागतिक जीवनपद्धतीवर आधारलेली असणे अत्यावश्यक आहे.

*

आमची अलिप्ततावादी भूमिका म्हणजे राष्ट्राराष्ट्रांतील निष्फळ स्पर्धा आणि इतरांशी सतत चालू असलेले भयानक संघर्ष यांत सामील होण्यास आम्ही दिलेला ठाम नकार. आमची ही भूमिका विविध देशांमधील आत्मनिर्भर सहकार्याच्या आवश्यकतेचा स्पष्टपणे पुरस्कार करते. मग त्यांच्या सामाजिक आणि आर्थिक व्यवहारांमध्ये कितीही भेद असोत.

*

अडवणुकीचे धोरण आणि सत्ताकेंद्रे उभारण्याची प्रवृत्ती यामुळे खऱ्या शांततामय जीवनाची ग्वाही मिळेल यावर आमचा विश्वास नाही.

जोपर्यंत आण्विक अस्त्रे अस्तित्वात आहेत तोपर्यंत ती कधी ना कधी वापरली जाण्याचा धोका कायमच राहणार!

*

सत्तेच्या संतुलनावर आधारलेल्या जागतिक व्यवस्थेची जागा शांतता आणि सलोखा यावर आधारलेल्या व्यवस्थेने घेतली पाहिजे, लोकशाही समतेवर आधारलेल्या व्यवस्थेने घेतली पाहिजे. कडवटपणा आणि तिरस्कार यांवर आधारलेल्या जागतिक व्यवस्थेच्या जागी सहिष्णुता आणि सहानुभूती यांवर आधारलेली व्यवस्था आली पाहिजे. शस्त्रांस्त्रांवर भरवसा ठेवणाऱ्या जागतिक व्यवस्थेऐवजी सत्य आणि अहिंसा यांवर आधारलेली व्यवस्था स्वीकारली गेली पाहिजे. सर्व जागतिक व्यवस्थेत हा महत्त्वाचा फेरबदल घडवून आणणे हेच केवळ आपले अंतिम ध्येय असायला हवे.

*

मानवता ही इथूनतिथून एक आहे हे आपण ओळखायला हवे. आजची ती सर्वाधिक महत्त्वाची जागतिक गरज आहे.

∗

स्त्रियांवर जुलूमजबरदस्ती करणे, त्यांना सतत पुरुषी सत्तेखाली दडपून ठेवणे हे स्वतंत्रत: तर क्रूर आणि अमानुष आहेच, पण त्याबरोबर त्यामुळे आपण आपल्या समाजाला त्याच्या अर्ध्या नैसर्गिक शक्तीपासूनही वंचित करत आहोत.

∗

राजकीय वादळे, ढासळती अर्थव्यवस्था आणि वसाहतवाद या आपत्ती आमच्यावर वारंवार येऊनही हजारो वर्षांपासून भारताची एकात्मता जी अभंग राहिली आहे तिचे कारण आमची कधीही विनाश न पावणारी सांस्कृतिक मूल्ये हेच होय. ही मूल्ये जर नसतील तर भारताचे अस्तित्व शून्यवत होऊन जाईल. मग आमची आर्थिक प्रगती कितीही वेगाने होवो.

*

लहान बालके म्हणजे मानवजातीचे भविष्यचित्र आहे.

*

आमच्या स्वातंत्र्यलढ्याचे एकच उद्दिष्ट होते. समाजातील विविध स्तरांना मुक्तता आणि आर्थिक विकासाची संधी मिळवून देणे याच दृष्टीने 'स्वातंत्र्य' या शब्दाकडे आम्ही बघत होतो.

*

आपण जर जातीयवादाविरुद्ध संघर्ष करून त्याचे समूळ उच्चाटन केले नाही, तर तो आपल्या देशाची मर्मस्थाने कुरतडून टाकील आणि आपला पूर्ण विध्वंस करील.

*

धर्मातीत भारत हाच चिरंतन राहणारा भारत होऊ शकेल. धर्मातीत नसणारा भारत हा कदाचित चिरंतन राहण्याच्या लायकीचाच नसेल.

*

संकुचित वृत्तीच्या राष्ट्रवादाने जातीयता म्हणजे राष्ट्र, प्रांतीयता म्हणजे राष्ट्र, भाषा म्हणजे राष्ट्र, वंश म्हणजे राष्ट्र अशी अत्यंत चुकीची समीकरणे गृहीत धरली. परिणामी मानवतेचा इतिहास रक्तलांच्छित झाला.

प्रक्षोभाचा आणि शोकात्मतेचा हा जो सापळा इतिहासाने तयार करून ठेवला आहे त्यातून आपली सुटका करून घेण्यासाठी अनेक राष्ट्रे आणि प्रांत भूतकाळाने सिद्ध केलेल्या गटबाजीपासून संपूर्णत: अलिप्त राहण्याचे धोरण स्वीकारत आहेत.

*

भारताचा इतिहास म्हणजे एक प्रकारचा विरोध-विकासवाद आहे. हा विरोध विकास एकीकडे धर्मातीतता, सहिष्णुता आणि सहानुभूती तर दुसरीकडे जात्यंधता, मूलभूतता आणि धर्मवेडेपण या परस्परविरोधी शक्तींच्या रस्सीखेचीतून घडत आहे.

*

राजकारणात धर्म घुसवू पाहणे म्हणजे आपला राजकीय देह विषदूषित करणे होय. राजकारण आणि धर्म यांची सांगड घालणे आमच्या सांस्कृतिक परंपरेच्या, राज्यघटनेच्या सर्वसामान्य तत्त्वांच्या विरुद्ध आहे. इतकेच नव्हे, तर राष्ट्राच्या चिरस्थायित्वालाही ते अंती बाधक ठरणार आहे.

*

आजची आंतरराष्ट्रीय अर्थव्यवस्था ही जागतिक परस्परावलंबनाऐवजी दुसऱ्यावर ताबा गाजवायला, वरचढ व्हायला बघते आणि आर्थिक नियंत्रणाची सारी कळसूत्रे एका कुत्सित वृत्तीने वापरत राहते.

*

आज आपण हे समजून घ्यायला हवे की विज्ञान म्हणजे मोजक्या भाग्यवंतांना प्राप्त होणारे गूढ रहस्य नाही. ते सर्वसामान्य माणसांनाही साह्य करते आणि आपल्या जीवनाचा संपूर्ण कायापालट घडवते.

*

आमची योजना ही जर पंचायत राज्यसंस्थांच्या आकलनावर आणि तदनुषंगिक सूचनांवर आधारलेली असेल तरच ती जनतेच्या गरजा, तिच्या आशाआकांक्षा, तिला जाणवणाऱ्या उणिवा आणि तिच्या विशिष्ट अपेक्षा यांना उचित असा प्रतिसाद देऊ शकेल.

*

आपली राज्ययंत्रणा पुरेशी प्रातिनिधिक आणि पूर्णत: जबाबदार असेल तरच ती आपल्याला अवश्य तो प्रतिसाद देईल. येरव्ही नाही.

*

कोणतीही राज्ययंत्रणा पूर्णत: समर्थ, कार्यक्षम असण्यासाठी ती प्रातिनिधिक असण्याची अत्यंत आवश्यकता आहे.

*

लोकशाही हे आपल्या स्वातंत्र्यासाठी केलेल्या लढ्याने भारताला दिलेले सर्वांत मोठे पारितोषिक आहे. स्वातंत्र्याने आपल्या देशाला मुक्त केले. पण लोकशाहीने आपल्या जनतेला मुक्तता मिळवून दिली.

*

स्वतंत्र जनता ती की जी आपले प्रतिनिधी आपण निवडते.
स्वतंत्र लोकशाही ती की जी या प्रतिनिधींच्या इच्छेनुसार
आणि त्यांच्या संमतीने राज्ययंत्रणा चालवते.
स्वतंत्र लोक ते की जे आपल्या जीवनासंबंधी,
भवितव्यासंबंधी घेतलेल्या निर्णयात सहभागी असतात.
*

भारतीय संस्कृतीचा मूलभूत पाया म्हणजे संपूर्ण
मानवजातीच्या एकतेवर असलेली आमची अविचल श्रद्धा.
ही श्रद्धा वारंवार उच्चारल्या जाणाऱ्या आणि तरीही दर
वेळी मनात अनेक अबोल स्मृती, जाणिवा जागृत करणाऱ्या
त्या सूत्रबद्ध धर्ममंत्रात सामावली आहे. तो मंत्र– 'वसुधैव
कुटुम्बकम्'– सारे विश्व हेच एक कुटुंब आहे!
*

मानवी व्यक्तिमत्त्व संपूर्णत: फुलवणे, विकसित करणे हेच कोणत्याही संस्कृतीचे अंतिम ध्येय असले पाहिजे.

*

भविष्याकडे आत्मविश्वासपूर्वक बघावे आणि भूतकाळाचा अभिमानाने वेध घ्यावा हाच प्रगतीचा एकमेव मार्ग आहे आणि तेच आमचे राष्ट्रीय ध्येय आहे.

*

सहिष्णुतेने असहिष्णुतेवर मात करावी. सहानुभूतीने क्रौर्याला तोंड द्यावे. अहिंसेने हिंस्र प्रवृत्तींना जिंकावे या उदात्त गुणांची शिकवण आमच्या पूर्वजांनी आम्हाला दिली आहे.

*

मादक पदार्थांच्या धोक्यापासून पूर्णपणे मुक्त असलेले जगच शांततामय अवस्थेत नांदू शकेल.

*

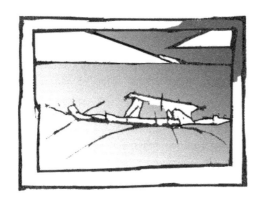

जे जग श्रीमंत आणि गरीब, विकसित आणि अविकसित, (अमेरिकेतील) उत्तरनिवासी आणि दक्षिणनिवासी अशा तुकड्यातुकड्यांत विभागले गेले आहे त्या जगाला चिरंतन स्थैर्य कधीही लाभणार नाही.

*

विकसित राष्ट्रांची सातत्याने होत राहणारी भरभराट ही प्रामुख्याने विकसनशील राष्ट्रांच्या वाढीवरच अवलंबून आहे.

*

जी व्यवस्था काही राष्ट्रांच्या अल्पकालीन फायद्यासाठी अनेक राष्ट्रांचे दीर्घकालीन हितसंबंध गहाण टाकते ती संपूर्णत: बेकायदेशीर आहे.

जी व्यवस्था जागतिक अर्थकारणातून विकसनशील राष्ट्रांना कटाक्षाने बाजूला टाकते ती संपूर्णत: बेकायदेशीर आहे.

जी व्यवस्था विकसनशील राष्ट्रांना तातडीने विकासाच्या भविष्याचा मार्ग दाखवू शकत नाही ती संपूर्णत: बेकायदेशीर आहे.

जी व्यवस्था विकसनशील राष्ट्रांसमोर कायमचा आणि गंभीर स्वरूपाचा धोका होऊन बसते ती व्यवस्था संपूर्णत: बेकायदेशीर आहे.

*

आमचा संघर्ष आंतरराष्ट्रीय अर्थकारणाची एक विवक्षित व्यवस्था प्रस्थापित करावी यासाठी चाललेला आहे. ही व्यवस्था जागतिक परस्परावलंबित्वावर आधारलेली असावी. आणि त्या व्यवस्थेत सर्वांचेच हितसंबंध सुरक्षित असावेत. या सर्वांमध्ये विकसिततेच्या वर्तुळात येणाऱ्या राष्ट्रांबरोबर त्या वर्तुळाबाहेर असलेल्या अविकसित राष्ट्रांचाही समावेश झाला पाहिजे.

*

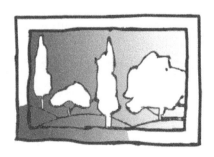

स्वत: वसाहतवादाचा अवलंब न करता आम्ही वसाहतवादाशी झुंज दिली.
स्वत:चे लष्करी सैन्य न उभारता आम्ही लष्करी सत्ताधाऱ्यांशी सामना दिला.
आता आपण इतरांची आर्थिक पिळवणूक न करता आर्थिक सत्तेशी लढा द्यायला सज्ज होऊ या.

*

विकसित आणि अविकसित देशांमधला मुख्य फरक तिथल्या दैनंदिन जीवनात तंत्रज्ञानाचा वापर किती प्रमाणात होतो यावरच प्रामुख्याने अवलंबून आहे.

*

आज पुष्कळदा विकासाच्या आणि प्रगतीच्या शर्यतीत आमचे लक्ष हे मुख्यत्वे आर्थिक किंवा आधिभौतिक विकासावरच खिळून राहिलेले दिसते. पण हा विशिष्ट दृष्टिकोन भारताच्या नैतिकतेशी, त्याच्या आत्म्याशी विरोध करणारा आहे. भारताला माणसाचा आधिभौतिक आणि आत्मिक असा दोन्ही प्रकारचा विकास अभिप्रेत आहे हे आपण ध्यानात घ्यायला हवे.

आम्हाला आमच्या गरजांनुसार आमची भोवतालची परिस्थिती, आमच्या तत्त्वप्रणाली आणि आमची साधनसामग्री यांचा विकास करावयास हवा. त्यासाठी इतर देशांत प्रगत आणि विकसित झालेले विज्ञान आमच्या आवश्यकतेनुसार आम्हाला बदलून स्वीकारणे ही आमची आजची गरज आहे.

विज्ञानाच्या सीमांपर्यंत आम्ही मजल मारायला हवी. ती आमच्या जनतेच्या फायद्याची दृष्टी ठेवून. पण हे विज्ञान इकडे आयात करताना जे सामाजिकदृष्ट्या अर्थपूर्ण आहे, ज्याला खास इथला संदर्भ आहे आणि जे इथल्या लक्षावधी जनतेपर्यंत सहज पोहोचवता येईल त्यातच त्याचे परिवर्तन आम्ही करून घेतले पाहिजे.

मानवतेचे एक नवे भविष्यस्वप्न आम्हाला बघायचे आहे. हे स्वप्न सत्य आणि अहिंसा यांवर आधारलेले असेल, जीवनाच्या विविधरंगी सुंदर रूपांना साकार करणारे असेल. ते डोळ्यांसमोर उलगडत जाताना मानवतेच्या अनुभूतिविश्वाचा त्यात महत्त्वपूर्ण सहभाग असला पाहिजे. हे भविष्यस्वप्न प्रत्यक्षात आणण्याच्या मुळाशी प्रेम आणि सहानुभूती या गोष्टींची नितांत आवश्यकता आहे. तो प्रेमाचाच अनुभव आहे. त्यासाठी व्यक्तिगत स्वार्थाच्या अरुंद चाकोरीतून आपण बाहेर पडले पाहिजे. स्वत:च्या पलीकडे जाऊन दूरपर्यंत बघण्याची क्षमता आपल्या अंगी

बाणवली पाहिजे आणि आपल्या व्यक्तिमत्त्वातील अमर्याद आणि असंख्य संभाव्यतांचा धांडोळा घेतला पाहिजे.
*

सुवर्णमुद्रा

शान्ता ज. शेळके

असे काही....

लहानपणापासून पुस्तकांत कुठे काही लक्षणीय, चित्तवेधक, सुंदर आढळले, तर ते मी जवळ लिहून ठेवत असे.
बालवय गेले, पण तो छंद सुटला नाही. उलट मोठेपणी मराठीच्या जोडीने इंग्रजी, संस्कृत या भाषांशीही निकट परिचय झाला, तेव्हा तर अशा उक्तींचे समृद्ध भांडारच हाती गवसल्यासारखे वाटले. इंग्रजी, संस्कृत कवितांचे अनुवाद करून त्यांचाही मी माझ्या संग्रहात समावेश केला —

उदाहरणार्थ : राष्ट्राची श्रेष्ठता

तुमच्या राष्ट्रात किती मोटारी आहेत, किती टोलेजंग इमारती आहेत, यावर तुमचे राष्ट्र मोठे ठरत नाही. तुमच्या राष्ट्रात चारित्र्यसंपन्न, प्रामाणिक आणि कर्तव्यनिष्ठ अशा नागरिकांची संख्या किती आहे ते मला सांगा, म्हणजे मी तुमचे राष्ट्र किती श्रेष्ठ आहे ते सांगू शकेन!
— मार्टिन ल्यूथर किंग

निवडक उतारे, वचने, सुभाषिते, कवितापंक्ती, मार्मिक विनोद–जे जे जसे मला आवडत गेले, ते मी या संकलनात घेत राहिले. माझ्या दृष्टीने हे मुद्रित शब्दधन म्हणजे सुवर्णमुद्राच आहेत. ते समृद्ध भांडार माझ्याप्रमाणे वाचकांनाही रंजक, कुतूहलजनक, उद्‌बोधक वाटेल, अशी मी आशा करते...

www.ingramcontent.com/pod-product-compliance
Lightning Source LLC
LaVergne TN
LVHW090002230825
819400LV00031B/491